KB274103

TIẾNG VIỆT THƯƠNG MẠI

비즈니스 베트남어

李敬賢 / 阮氏浄

저자   〈약 력〉

LÝ KÍNH HIẾN(李敬賢)
1975년 베트남 Vĩnh Long(永龍) 출생
베트남 호찌민시 국립대학교 인문 - 사회과학대학 한국학과 교수
저서 : 영어 - 중국어 - 일본어 - 한국어 - 베트남어 사진 사전(공저)
        초급 한국어 교재
        한국어 문법 사전
        한국어 - 베트남어 회화
        한국어 문법
        한국어 - 베트남어 사전(공저)
        베트남어 - 한국어 사전(공저)
        현대 베트남어 회화(공저)
        우리 말로 배우는 베트남어 회화

NGUYỄN THỊ TỊNH(阮氏净)
1979년 베트남 Thanh Hóa(靑化) 출생
베트남 호찌민시 외국어 - 정보대학교(HUFLIT) 동방학부 베트남어 교수
저서 : 한국어 - 베트남어 사전(공저)
        베트남어 - 한국어 사전(공저)
        현대 베트남어 회화(공저)

초판 인쇄 : 2009년 10월 20일
초판 발행 : 2009년 10월 25일

저   자 : LÝ KÍNH HiẾN-NGUYỄN THỊ TỊNH
발행인 : 서 덕 일
발행처 : 도서출판 문예림
등   록 : 1962. 7. 12 제2-110호
주   소 : 서울특별시 광진구 군자동 1-13 문예하우스 101호
전   화 : (02)499-1281~2
팩   스 : (02)499-1283
http://www.bookmoon.co.kr
E-mail : book1281@hanmail.net

ISBN 978-89-7482-499-0(13790)

　1992년 12월 22일에 공식적인 외교 관계를 맺은 후부터 대한민국과 베트남 사회주의공화국의 우호적 교류, 협력 관계가 끊임없이 여러 면에서 발전해 왔다. 특히 두 나라는 수교를 계기로 경제 협력을 강화하였다.

　양국 비즈니스맨 또는 경제 분야에서 근무하고 있는 관계자가 무역 활동에서 당하는 교제상의 장애를 일부 극복하기 위하여 이 "비즈니스 베트남어"란 회화 책 편찬에 착수하였다. 이 책은 베-한 양국어 형식으로 다양한 주제를 포함하는 15과가 있다. 이 책에서 언급되는 주제는 만남, 만찬, 상품 문의, 가격 제공, 가격 상담, 주문, 할인, 커미션, 지불 방법, 납품 기한, 선적 조건, 포장, 보험, 계약 체결, 무역 합작이다. 그뿐 아니라 부록은 이 책에서 나타나는 상용 무역용어, 세계 각국의 화폐 단위 등 필요한 참고를 수록하였다.

　이 책이 나오기까지 많은 사람의 도움이 있었다. 먼저 문예림 출판사 서덕일 사장님을 비롯한 편집자 여러분에게 이 자리를 빌려 고마움의 말씀을 전하고 싶다. 그리고 원고를 준비하는 동안 김치현 형님, 윤태모 씨 등 한국인 친구 여러분의 많은 성원과 도움을 받았기 때문에 그 분들에게도 감사를 드린다.

　최선을 다 하였으나 시간과 수준이 제한되기 때문에 초판 간행하는 이 책은 일정한 실수를 피할 수 없다고 생각된다. 나중에 재판 때 수정할 수 있도록 국내외 독자 여러분의 많은 의견이 있기를 기대한다.

2009년 9월 18일
베트남 사이공에서
저자

목 차 (MỤC LỤC)

GẶP GỠ
만남

1. Xin hỏi, ông là Lý Đăng Huy đến từ Sài Gòn phải không ạ?
   실례지만 사이공에서 오신 리당휘 선생님이신가요?

2. Tôi đây.
   접니다.

3. Tôi làm việc tại Tập đoàn Sunny.
   저는 써니 그룹에서 일하고 있습니다.

4. Xin hỏi, quý danh của anh là gì?
   실례지만 성함이 어떻게 되십니까?

5. Tôi tên là Yoon Tae Mo.
   제 이름은 윤태모입니다.

6. Ông đi đường chắc vất vả lắm nhỉ?
   여기까지 찾아오시느라 많이 힘드셨지요?

7. Không sao.
   괜찮습니다.

8. Hôm nay ông hãy nghỉ ngơi, còn công việc để ngày mai hãy bàn.
   오늘 좀 쉬시고 업무는 내일 논의합시다.

9. Đồng ý.
알겠습니다.

10. Anh là anh Lý Trung Hiền đến từ Việt Nam phải không?
베트남에서 오신 리쭝히엔 씨 이지요?

11. Đúng vậy.
맞습니다.

12. Tôi là trưởng phòng xuất nhập khẩu của Tập đoàn Sunny.
저는 써니 그룹의 수출입 과장입니다.

13. Tập đoàn ủy quyền cho tôi đến đàm phán cụ thể với các anh.
여러분들과 구체적으로 협의하기 위하여 저희 그룹에서 저에게 출장을 보냈습니다.

14. Xin giới thiệu với anh. Đây là anh Nguyễn Trường Tứ.
선생님께 이 분을 소개해 드리겠습니다. 이 분은 응웬쯔엉뜨 씨입니다.

15. Chào mừng các anh đến Hàn Quốc.
한국에 오신 것을 환영합니다.

16. Người hôm qua gọi điện thoại cho tôi là anh phải không?
어제 저한테 전화해 주신 분은 선생님이시지요?

17. Đúng, chính là tôi.
예, 맞습니다.

18. Hân hạnh được biết ông.
만나뵙게 되어서 반갑습니다.

19. Thật vinh dự được gặp ông hôm nay.
오늘 당신과 만나게 되어서 영광입니다.

20. Từ lâu chúng tôi đã nghe nói đến tên ông.
예전에 선생님 성함을 들어 본 적이 있습니다.

21. Chúng ta định ra thời gian nói chuyện với nhau được chứ?
우리 함께 의논할 시간을 정해볼까요?

22. Vâng.
예.

23. Liên lạc với anh thế nào?
선생님과 어떻게 연락합니까?

24. Tôi ở phòng số 508, Khách sạn Võ Tánh Sài Gòn. Có việc
gì anh cứ gọi điện thoại cho tôi.
저는 사이공 보따잉호텔 508호에 있습니다. 무슨 일이 있으면 저한테 전
화해 주세요.

25. Đây là danh thiếp của tôi.
이것은 제 명함입니다.

PHẦN II. 회화 HỘI THOẠI  

1. Anh Yoon Tae Mo ra sân bay đón ông Lý Đăng Huy đến từ
Sài Gòn(윤태모 씨가 사이공에서 오신 리당휘 선생님을 마중하러 공
항에 나갔다)

    Ⓐ Xin hỏi, ông là Lý Đăng Huy đến từ Sài Gòn phải
    không ạ?
    실례지만 사이공에서 오신 리당휘 선생님이신가요?

B Vâng, tôi đây.

예. 접니다.

A Tôi làm việc tại Tập đoàn Sunny.

저는 써니 그룹에서 일하고 있습니다.

Công ty cử tôi ra sân bay đón ông.

회사에서 저에게 선생님을 마중하러 공항에 나오라고 했습니다.

B Xin cám ơn.

감사합니다.

Xin hỏi quý danh của anh là gì?

실례지만 성함이 어떻게 되십니까?

A Tôi tên là Yoon Tae Mo.

제 이름은 윤태모입니다.

Ông đi đường chắc vất vả lắm nhỉ?

여기까지 찾아오시느라 많이 힘드셨지요?

B Không sao.

괜찮습니다.

Chỉ hơi mệt một chút.

조금 피곤해요.

A Xe ở bên ngoài, xin được đưa ông về Khách sạn Holiday Inn Seoul.

차가 밖에 있는데 Holiday Inn Seoul호텔로 가시지요.

Phòng của ông đã được đặt sẵn rồi ạ.

선생님 방을 미리 예약했습니다.

B Xin cám ơn.

감사합니다.

A Hôm nay ông hãy nghỉ ngơi, còn công việc để ngày mai hãy bàn.

오늘 좀 쉬시고 업무는 내일 이야기하시지요.

B Đồng ý.

알겠습니다.

Tôi đến Hàn Quốc lần đầu tiên nên còn nhiều bỡ ngỡ, mong anh giúp cho.

제가 한국에 처음 왔기 때문에 모르는 게 많습니다. 잘 부탁합니다.

A Vâng, tất nhiên rồi.

네, 알겠습니다.

2. Anh Cha Dong Hyuk đang gặp các anh Lý Trung Hiền, Nguyễn Trường Tứ và Lý Phú Vinh tại khách sạn.(차동혁 씨는 호텔에서 리쭝히엔 씨, 응웬쯔엉뜨 씨 그리고 리푸빙 씨를 만났다.)

A Chào anh.

안녕하십니까?

B Chào anh.

안녕하십니까?

Anh là anh Lý Trung Hiền đến từ Việt Nam phải không?

베트남에서 오신 리쭝히엔 선생님이시지요?

A Dạ, đúng vậy.

예. 맞습니다.

B Tôi là trưởng phòng xuất nhập khẩu của Tập đoàn Sunny.

저는 써니 그룹의 수출입 과장입니다.

Tập đoàn ủy quyền cho tôi đến đàm phán cụ thể với các anh.

여러분들과 구체적으로 협의하기 위하여 저희 그룹에서 저에게 출장을 보냈습니다.

Ⓐ Xin mời anh ngồi. Mời anh dùng trà. Xin lỗi, anh tên là gì?

앉으십시오. 차 좀 드시지요. 실례지만 성함이 어떻게 되십니까?

Ⓑ Tôi tên là Cha Dong Hyuk.

제 이름은 차동혁입니다.

Ⓐ Xin giới thiệu với anh.

선생님께 이 분을 소개해 드리겠습니다.

Đây là anh Nguyễn Trường Tứ.

이 분은 응웬쯔엉뜨 씨입니다.

Còn đây là anh Lý Phú Vinh.

그리고 이 분은 리푸빙 씨입니다.

Các anh ấy đều là nhân viên của công ty chúng tôi.

모두 저희 회사 직원입니다.

Lần này cùng tôi đến Hàn Quốc để đàm phán công việc.

업무를 협의하기 위해서 이번에 저와 같이 한국에 왔습니다.

Ⓑ Chào mừng các anh đến Hàn Quốc.

한국에 오신 것을 환영합니다.

Ⓐ Xin cảm ơn.

감사합니다.

3. Anh Lý Trung Kiên giới thiệu ông Minh cho anh Jang Dong Joon. (리쭝끼엔 씨는 자동준 씨에게 밍 선생님을 소개합니다)

Ⓐ Anh là anh Jang Dong Joon phải không?

장동준씨 이지요??

Ⓑ Vâng. Anh là ⋯?

예. 선생님은...??

A Tôi làm việc ở Bộ Công thương Việt Nam.

저는 베트남 상공업부에서 근무합니다.

B Xin hỏi, quý danh của anh là gì?

실례지만 성함이 어떻게 되십니까?

A Tôi tên là Lý Trung Kiên.

제 이름은 리쭝끼엔입니다.

B Người hôm qua gọi điện thoại cho tôi là anh phải không?

어제 저한테 전화해 주신 분은 선생님이시지요?

A Vâng, chính là tôi.

예. 맞습니다.

B Hân hạnh được gặp anh.

만나서 반갑습니다.

Còn vị này là···?

그리고 이분은...??

A Tôi xin giới thiệu với anh.

선생님께 이 분을 소개해 드리겠습니다.

Đây là ông Minh, giám đốc Công ty Xuất nhập khẩu Vĩnh Long.

이 분은 빙롱수출입회사의 밍 사장님이십니다.

Ông ấy sẽ đàm phán công việc cụ thể với anh.

이 분은 선생님과 같이 구체적으로 업무를 협의하실 것입니다.

B Hân hạnh được biết ông.

만나뵙게 되어서 반갑습니다.

4. Anh Kim Chi Hyun gặp ông Nguyễn Trường Tòng lần đầu tiên sau nhiều năm hai bên giao dịch với nhau.(김치현 씨는 다년간의 거래에 응웬쯔엉똥 선생님을 처음 만났다.)

A Chào ông.

안녕하십니까??

Tôi là Kim Chi Hyun, giám đốc Công ty Mangwon của Hàn Quốc.

저는 김치현인데 한국 망원회사 사장입니다.

Đây là danh thiếp của tôi.

여기 제 명함입니다.

B Chào anh.

안녕하십니까?

Hân hạnh được biết anh.

만나서 반갑습니다.

Tôi là Nguyễn Trường Tòng.

저는 응웬쯔엉똥 입니다.

A Từ lâu chúng tôi đã nghe nói đến tên ông nhưng chưa có cơ hội gặp mặt.

예전부터 선생님 성함을 들어본 적이 있었지만 만나 뵐 수 있는 기회가 없었습니다.

Thật vinh dự được gặp ông hôm nay.

오늘 선생님과 만나뵙게 되어서 영광입니다.

B Chúng tôi cũng đã biết đến tên anh.

우리도 선생님 성함을 들어본 적이 있습니다.

Hai công ty chúng ta đã có mối quan hệ giao dịch nhiều năm, hy vọng lần này chúng ta hợp tác tốt hơn nữa.

우리 두 회사가 서로 여러해 동안 거래해 왔습니다만 이번 건에 있어서는 더욱 좋은 협조 부탁 드립니다.

Ⓐ Đó cũng là nguyện vọng của tôi.

저도 원하는 바입니다.

5. Hai người gặp nhau tại một buổi tọa đàm thương mại.(두 사
람은 무역상담회에서 만났다)

Ⓐ Chào anh.

안녕하세요?

Ⓑ Chào anh.

안녕하세요?

Rất vui mừng được gặp anh tại buổi tọa đàm thương
mại như thế này.

이렇게 무역상담회에서 만나게 뵙게 되어서 반갑습니다.

Ⓐ Từ lâu tôi đã được biết anh sẽ đến, không ngờ hôm
nay được gặp anh ở đây.

오래 전부터 오실 것을 알고 있지만 여기서 만나는 것은 상상도 못
했어요.

Ⓑ Tôi cũng đang muốn gặp anh đấy.

저도 당신을 만나고 싶었습니다.

Ⓐ Anh tìm tôi có việc gì không?

무슨 일로 저를 만나고 싶으셨어요?

Ⓑ Chúng ta sắp xếp thời gian nói chuyện với nhau được
chứ?

우리 함께 의논할 시간을 정해볼까요?

Ⓐ Vâng.

네, 알겠습니다.

Nhưng bây giờ không được.

그렇지만 지금은 안 될 것 같아요.

Thế này nhé, chiều nay tôi đến chỗ anh.

그렇게 합시다. 오늘 오후에 선생님을 찾아 뵙겠습니다.

Ⓑ Vậy cũng được.

그렇게 하세요.

Ⓐ Anh đang ở tại khách sạn nào?

어느 호텔에 묵고 계세요?

Ⓑ Tôi ở Khách sạn Võ Tánh Sài Gòn.

사이공 보따잉호텔요.

Ⓐ Liên lạc với anh như thế nào?

선생님과 어떻게 연락할 수 있을까요?

Ⓑ Tôi ở phòng số 508.

제 방은 508호입니다.

Đây là danh thiếp của tôi, có việc gì anh cứ điện thoại cho tôi.

이것은 제 명함인데 무슨 일이 있으면 저한테 전화해 주세요.

Số điện thoại của tôi là 090.812.2042.

제 전화 번호는 090.812.2042예요.

Ⓐ Tôi sẽ liên lạc với anh.

연락 드리겠습니다.

PHẦN III. 새 단어 TỪ MỚI

1. vị	분
2. làm việc	일하다, 근무하다
3. tập đoàn	그룹, 재벌
4. quý danh	성함
5. đường	길
6. vất vả	힘들다, 고생하다
7. không sao	괜찮다
8. nghỉ ngơi	쉬다
9. công việc	일, 업무
10. bàn	논의하다, 토론하다
11. đồng ý	동의하다
12. trưởng phòng	과장
13. xuất nhập khẩu	수출입
14. ủy quyền	위임하다
15. đàm phán	상담하다, 의논하다
16. cụ thể	구체적, 구체적으로
17. giới thiệu	소개하다
18. chào mừng	환영하다
19. gọi điện thoại	전화하다
20. vinh dự	영광스럽다
21. liên lạc	연락하다
22. danh thiếp	명함

PHẦN IV. 문법과 해설
NGỮ PHÁP VÀ GIẢI THÍCH

1. Xin hỏi, quý danh của cô là gì?

- 다른 사람의 성명을 정중하게 물어보고 싶을 때 사용하는 말이다. "Anh tên là gì?(이름이 무엇입니까?)"보다 더 예의 바른 말이다. 한국말의 "실례지만 성함이 어떻게 되십니까?"와 비슷하다.

  예) A : Xin hỏi, quý danh của cô là gì?

  실례지만 성함이 어떻게 됩니까?

  B : Tên tôi là Lee So Young.

  제 이름은 이소영입니다.

  A : Xin hỏi, quý danh của ông là gì?

  실례지만 성함이 어떻게 되십니까?

  B : Tôi tên là Nguyễn Trường Tòng.

  제 이름은 응웬 쯔엉 똥입니다.

  A : Xin hỏi, quý danh của chị là gì?

  실례지만 성함이 어떻게 되세요?

  B : Tôi tên Lý Gia Hân.

  제 이름은 리 야 헌입니다.

2. Từ

- "Từ"는 공간과 시간에 다 사용할 수 있는데 뜻은 한국말로 "부터, 에서"와 비슷하다. 보통 명사 앞에서 사용된다.

  예) Vị nào đến **từ** Sài Gòn ạ?

어느 분이 사이공에서 오셨어요?

Có cuộc họp quan trọng **từ** 10 giờ sáng.

오전 10시부터 중요한 모임이 있어요.

3. 베트남 사람의 성명

- 한국 사람과 마찬가지로 베트남 사람의 성명은 대부분 3개 글자를 포함한다. 성명은 "성＋중간 이름＋이름" 구조로 구성된다. 특히 남성의 중간 이름은 보통 "văn(文)"으로, 여성의 중간 이름은 보통 "thị(氏)"로 되어 있다.

㉠ Nguyễn Văn Dũng

　　Lê Thị Lan

　　Trần Văn Nam

　　Hoàng Thị Mai

- 그리고 호칭할 때는 성으로 부르지 않고 이름으로 부른다.

㉠ Anh Tuấn

　　Chị Hoa

- 직위와 결합할 때도 보통 이름을 사용한다.

　　Giám đốc Minh (밍 사장)

　　Phó giám đốc Tú (뚜 부사장)

　　Trưởng phòng Trung (쫑 과장)

4. 베트남 전화 번호

- 유선전화 번호는 도시에서 8개 숫자 구성되는데, 지방에서 보통 7개 숫자로 구성된다.

㉠ Số điện thoại văn phòng của tôi là 3829.1113

- 무선전화 번호는 10개 숫자로 구성된다.

㉇ Số điện thoại di động của tôi là 090.812.2042

• 전화번호를 부를 때 숫자 하나씩 읽는다.

3829.1234 : ba tám hai chín một hai ba bốn

090.363.0364 : không chín không ba sáu ba không ba sáu bốn

PHẦN V. 연습 LUYỆN TẬP

밑줄 친 부분을 바꿔 연습하시오.

1. Xin hỏi, vị nào là <u>Lý Đăng Huy</u> đến từ <u>Sài Gòn</u> ạ?

    a. Lý Trung Hiền, Cần Thơ

    b. Nguyễn Trường Tú, Đà Nẵng

    c. Lâm Minh Hải, Hà Nội

2. <u>Tôi</u> đây.

    a. Vị này

    b. Anh này

    c. Chị này

3. Tôi làm việc tại <u>Tập đoàn Sunny</u>.

    a. Công ty Xuất nhập khẩu Vĩnh Long

    b. Công ty Gỗ Gia Lai

    c. Công ty Xây dựng Hạc Sơn

4. Tôi tên là <u>Lee So Young</u>.

    a. Nguyễn Thị Tịnh

    b. Lý Gia Hân

    c. Lâm Minh Thúy

5. Hôm nay ông hãy nghỉ ngơi, còn công việc để <u>ngày mai</u> hãy bàn.

    a. ngày mốt

    b. qua vài ngày

    c. sau

6. Anh là anh Lý <u>Trung Hiền</u> đến từ <u>Việt Nam</u> phải không?

    a. Yoo Il Yong, Hàn Quốc

    b. Inaba Seiji, Nhật Bản

    c. Sergey Lapteff, Nga

7. Tôi là <u>trưởng phòng xuất nhập khẩu</u> của <u>Tập đoàn Sunny</u>.

    a. giám đốc, Công ty Liên doanh Vĩnh Gia

    b. thư ký, Công ty Cà phê Chư Sê

    c. nhân viên, Công ty Thủy sản Bình Minh

8. Xin giới thiệu với anh. Đây <u>anh Nguyễn Trường Tứ</u>.

    a. bà Lâm Nga

    b. bà Nguyễn Thị Trọng

    c. ông Lâm Hà

9. Chào mừng các anh đến <u>Hàn Quốc</u>.

    a. Việt Nam

    b. Seoul

    c. Sài Gòn

10. Tôi ở phòng số <u>508</u>, <u>Khách sạn Võ Tánh</u>

    a. 210, khách sạn Holiday Inn Seoul

    b. 111, Khách sạn 585

    c. 1809, Khách sạn Park Hyatt Saigon

2 과

TIỆC TỐI
만찬

PHẦN I. 문장 CÂU  

1. Tôi muốn đặt một bàn tiệc chiêu đãi khách.
   저는 손님 초대를 위한 테이블을 하나 예약하고 싶습니다.

2. Ở đây có làm món ăn Hàn Quốc không?
   여기서 한국 요리를 합니까?

3. Tôi có thể đặt set menu được chứ?
   Set menu를 예약할 수 있어요?

4. Set menu ngon nhất giá bao nhiêu?
   가장 맛있는 set menu는 얼마예요?

5. Vậy anh đặt giúp tôi 10 phần nhé.
   그러면 10인분 좀 예약해 주세요.

6. Tối mai chúng tôi mở tiệc chiêu đãi tại Khách sạn Võ Tánh.
   내일 저녁 우리는 보파잉호텔에서 손님 초대 파티를 열겠습니다.

7. Mời anh và giám đốc cùng đến dự.
   선생님이 사장님과 함께 오십시오.

8. Đây là thiệp mời chiêu đãi.
   이것은 초대장입니다.

9. Chúng tôi rất muốn gặp ông ấy tại buổi tiệc tối mai.
   우리는 내일 저녁 파티에서 그분을 꼭 만나고 싶습니다.

10. Chúng tôi sẽ đón khách ở cổng nhà hàng từ lúc 7 giờ kém 15 phút.
    우리는 7시 15분 전부터 식당 정문에서 손님을 마중하겠습니다.

11. Giám đốc chúng tôi rất muốn gặp các anh.
    저희 사장님은 선생님들을 꼭 만나고 싶습니다.

12. Ông ấy mời các anh đến Khách sạn Sofitel ăn tối vào chủ nhật tuần này.
    그분은 이번주 일요일에 Sofitel호텔에서 선생님들을 만찬회에 초대합니다.

13. Xin cám ơn lời mời của ông ấy.
    그분의 초대에 감사합니다.

14. Chào mừng giám đốc Lee đã đến.
    이 사장님 오신 것을 환영합니다.

15. Chúng tôi chiêu đãi các món ăn đặc sản của vùng này, không biết có hợp khẩu vị các vị không.
    저희는 이 지방의 특산물을 초대하는데 여러분의 입맛에 맞는지 모르겠습니다.

16. Mọi người đừng khách sáo nhé. Xin cứ tự nhiên.
    여러분, 사양하지 마십시오. 편히 하십시오.

17. Chúng tôi chủ yếu kinh doanh hàng thủ công mỹ nghệ và đồ sứ.
    우리는 주로 수공예품과 도자기를 영업합니다.

18. Chúng tôi muốn xuất hàng thủ công mỹ nghệ.

우리는 수공예품을 수출하고 싶습니다.

19. **Công việc cụ thể anh có thể bàn với trưởng phòng xuất nhập khẩu Park.**
구체적인 업무는 수출과 박 과장과 의논할 수 있습니다.

20. **Hy vọng chúng ta có thể cùng nhau hợp tác tốt đẹp.**
우리의 합작이 잘 되기를 바랍니다.

21. **Chào mừng giám đốc Park đến Việt Nam.**
박 사장님께서 베트남에 오신 것을 환영합니다.

22. **Xin cám ơn anh đã chuẩn bị bữa tiệc tối chu đáo thế này.**
만찬회를 이렇게 잘 준비해 주셔서 감사 드립니다.

23. **Xin chúc quý công ty ngày càng phát triển.**
귀사의 무궁한 발전을 기원합니다.

24. **Xin chúc sức khỏe mọi người.**
다들 건강하시기 바랍니다.

25. **Xin mời mọi người cạn ly.**
여러분, 건배합시다.

PHẦN II. 회화 HỘI THOẠI  

1. **Khách ở khách sạn gọi điện xuống nhà hàng trực thuộc khách sạn đặt tiệc**(호텔에 묵고 있는 손님은 호텔 부속 식당에 전화하여 파티를 예약한다)

   Ⓐ A lô, quầy phục vụ nhà hàng phải không?

여보세요, 식당 카운터이지요?

B Dạ, ông cần gì ạ?

예, 무엇이 필요하십니까?

A Tôi là khách ở phòng 508 của khách sạn này.

저는 이 호텔 508호에 있는 손님인데요.

Tôi muốn đặt một bàn tiệc chiêu đãi khách.

손님 초대 파티를 하나 예약하고 싶습니다.

B Khi nào, thưa ông?

언제입니까?

A 7 giờ tối mai.

내일 저녁 7시에요.

B Mấy người ạ?

몇 인분입니까?

A 10 người.

10인분입니다.

B Ông đặt món ăn gì ạ?

무슨 음식을 주문하십니까?

A Ở đây có làm món ăn Hàn Quốc không?

여기서 한국 요리를 합니까?

B Vâng, có ạ.

네, 있습니다.

A Tôi có thể đặt set menu được chứ?

세트 메뉴 주문은 가능합니까?

B Dạ, được.

네, 가능합니다.

A Set menu ngon nhất giá bao nhiêu?

가장 맛있는 세트 메뉴는 얼마입니까?

B 500.000 đồng một phần, thưa ông.

1일분에 500,000동입니다.

Ⓐ Vậy anh đặt giúp tôi 10 phần nhé.

그러면 10인분 주문해 주세요.

Ⓑ Dạ, cám ơn ông.

예, 감사합니다

Hẹn gặp ông tối mai ạ.

내일 저녁 뵙겠습니다.

2. Anh Tuấn mời anh Trung và giám đốc của anh ấy đến ăn tối vào tối mai(미스터 뚜언이 미스터 쭝과 그의 사장님에게 내일 만찬를 함께 하자고 초대한다)

Ⓐ Anh Trung, 7 giờ tối mai chúng tôi mở tiệc chiêu đãi tại Khách sạn Võ Tánh.

미스터 쭝, 우리는 내일 저녁 7시에 보따잉호텔에서 만찬회를 열겠습니다.

Mời anh và giám đốc cùng đến dự.

당신과 사장님께 초대합니다.

Ⓑ Cám ơn anh Tuấn.

감사합니다.

Nếu sắp xếp được, tôi nhất định đến.

준비가 되면 꼭 오겠습니다.

Ⓐ Đây là thiệp mời chiêu đãi.

이것은 초대장입니다.

Nhờ anh chuyển cho giám đốc của anh nhé.

사장님께 전해 주십시오.

Chúng tôi rất muốn gặp ông ấy tại buổi tiệc tối mai.

우리는 내일 만찬에서 그분을 꼭 만나고 싶습니다.

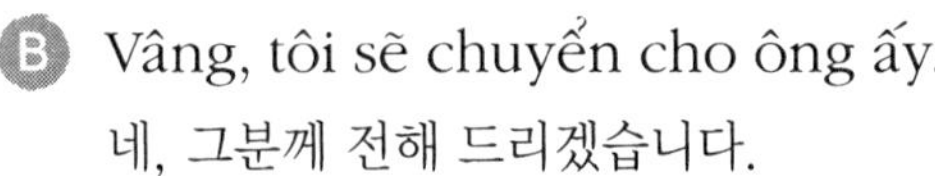

B Vâng, tôi sẽ chuyển cho ông ấy.

네, 그분께 전해 드리겠습니다.

A Chúng tôi sẽ đón khách ở cổng nhà hàng từ lúc 7 giờ kém 15 phút.

우리는 식당 정문에서 7시 15분전부터 손님을 마중하겠습니다.

B Cám ơn anh.

감사합니다.

Chào anh nhé.

안녕히 계세요.

A Hẹn gặp lại.

또 만나요.

3. Anh Vinh thay mặt giám đốc mời anh Tứ và đồng nghiệp ăn tối.(미스터 빙은 사장을 대신하여 미스터 뜨와 동료에게 저녁 식사를 함께 하자고 초대한다.)

A Anh Tứ, giám đốc chúng tôi rất muốn gặp các anh.

미스터 뜨, 우리 사장님이 여러분을 정말 만나고 싶습니다.

Ông ấy mời các anh đến Khách sạn Sofitel ăn tối vào chủ nhật tuần này.

그분은 이번 주 일요일 저녁에 소피텔호텔에서 여러분을 초대하기로 했습니다.

B Xin cám ơn lời mời của ông ấy.

그분의 초대에 감사드리고 싶습니다.

A Vậy tôi sẽ đến khách sạn đón các anh vào lúc 6 giờ chiều chủ nhật.

그러면 일요일 오후 6시에 제가 호텔에 와서 여러분을 마중하겠습니다.

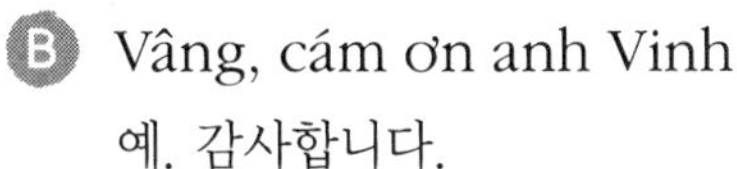

Ⓑ Vâng, cám ơn anh Vinh.
예. 감사합니다.

Ⓐ Chào anh.
안녕히 계세요.

4. Giám đốc Lee và đối tác vừa ăn tối vừa bàn kế hoạch hợp tác(이 사장과 파트너가 저녁 식사를 하면서 합작 계획을 이야기한다)

Ⓐ Chào mừng giám đốc Lee đã đến.
이 사장님께서 오셔서 환영합니다.
Xin mời ông ngồi.
앉으십시오.

Ⓑ Xin cám ơn.
감사합니다.

Ⓐ Chúng tôi chiêu đãi các món ăn đặc sản của vùng này, không biết có hợp khẩu vị các vị không.
우리는 이 지방의 특산물을 초대하는데 여러분의 입맛에 맞는지 모르겠습니다.
Mọi người đừng khách sáo nhé. Xin cứ tự nhiên.
사양하지 마시고 많이 드십시오.

Ⓑ Xin hỏi, trước giờ anh kinh doanh mặt hàng gì?
실례지만 종래 무슨 영업 종목을 하십니까?

Ⓐ Chúng tôi chủ yếu kinh doanh hàng thủ công mỹ nghệ và đồ sứ.
우리는 주로 수공예품과 도자기 영업을 합니다.

Ⓑ Tình hình kinh doanh tốt chứ?
사업 형편이 좋지요?

Ⓐ Cũng khá tốt.

상당히 좋습니다.

Ⓑ Lần này anh có dự định gì không?

혹시 이번에 무슨 계획이 있으십니까?

Ⓐ Chúng tôi muốn xuất hàng thủ công mỹ nghệ.

우리는 수공예품을 수출하고 싶습니다.

Mong giám đốc Lee giúp cho.

사장님께서 좀 도와 주십시오.

Ⓑ Được, công việc cụ thể anh có thể bàn với trưởng phòng xuất nhập khẩu Park.

좋습니다. 구체적인 업무는 수출입과 박과장과 상담할 수 있습니다.

Ⓐ Mong nhận được sự quan tâm của ông trong quá trình đàm phán.

상담 과정 중에 사장님에게서 관심을 받기를 바랍니다.

Ⓑ Hy vọng chúng ta có thể cùng nhau hợp tác tốt đẹp.

우리의 합작이 잘 되기 바랍니다.

5. Giám đốc Park và giám đốc Nam tại một buổi tiệc(파티에 있는 박 사장과 남 사장)

Ⓐ Chào mừng giám đốc Park đến Việt Nam.

박 사장님께서 베트남에 오신 것을 환영합니다.

Ⓑ Hân hạnh được gặp giám đốc Nam.

남 사장님, 만나서 반갑습니다.

Xin cám ơn anh đã chuẩn bị bữa tiệc tối chu đáo thế này.

이렇게 만찬을 잘 준비해 주셔서 감사합니다.

A Có gì đâu ạ! Mời anh ngồi bên này.

별 말씀입니다! 이쪽으로 앉으십시오.

Giám đốc Park lần đầu đến Việt Nam phải không?

박 사장님께서는 베트남에 처음 오셨지요?

B Không, tôi đến lần thứ ba rồi.

아니오, 저는 세번째 왔습니다.

Mấy lần trước tôi đi Hà Nội và Đà Nẵng, lần này mới đến Sài Gòn.

지난 번에 하노이와 다낭에 갔는데 이번에 사이공에 왔습니다.

A Như vậy chắc giám đốc Park cũng biết nhiều về Việt Nam.

그러면 박 사장님 역시 베트남에 대해 많이 아시는 것 같습니다.

Xin lỗi hôm qua bận việc đột xuất nên tôi không ra sân bay đón được.

어제 급한 일이 생겨서 공항에서 마중할 수 없어서 죄송합니다.

Mong giám đốc thông cảm nhé.

좀 이해해 주십시오.

B Không có gì.

괜찮습니다.

A Chúc quý công ty ngày càng phát triển.

귀사가 나날이 발전하기 바랍니다.

B Xin chúc sức khỏe mọi người.

여러분 다 건강하시기 바랍니다.

A Xin mời mọi người cạn ly.

여러분, 건배합시다.

B Cạn ly.

건배.

PHẦN III. 새 단어 TỪ MỚI

1.	đặt	예약하다
2.	tiệc chiêu đãi	초대 파티
3.	khách	손님
4.	món ăn Hàn Quốc	한국 음식
5.	ngon nhất	가장 맛있다
6.	giá	가격, 값
7.	phần	－ 인분
8.	mở tiệc	파티를 열다
9.	dự/tham dự	참석하다
10.	thiệp mời	초대장
11.	đón khách	손님을 영접하다
12.	cổng	대문
13.	nhà hàng	고급 식당, 레스토랑
14.	giám đốc	사장
15.	khách sạn	호텔
16.	món ăn	음식, 요리
17.	đặc sản	특산물
18.	vùng	지방, 지역
19.	hợp khẩu vị	입맛에 맞다
20.	khách sáo	사양하다
21.	tự nhiên	자연히
22.	kinh doanh	장사하다
23.	hàng thủ công mỹ nghệ	수공예품
24.	đồ sứ	도자기
25.	hợp tác	합작하다

26. chuẩn bị	준비하다
27. tiệc tối	만찬
28. quý công ty	귀사
29. ngày càng	나날이
30. phát triển	발전하다
31. sức khỏe	건강
32. cạn ly	건배

PHẦN IV. 문법과 해설
NGỮ PHÁP VÀ GIẢI THÍCH

1. Có thể

- "Có thể"는 동사 앞에서 사용되는데 뜻은 한국말의 "-(으)ㄹ 수 있다"와 비슷하다.

㉠ Tôi **có thể** đặt set menu được chứ?

Set menu를 예약할 수 있어요?

Anh ấy **có thể** làm được việc này.

그는 이 일을 할 수 있어요.

- "Có thể"의 반대말은 "không thể"이다.

㉠ Tôi **không thể** ăn món này.

나는 이 음식을 못 먹어요.

Cô ấy **không thể** làm thay cho anh được.

그녀는 당신 대신 해줄 수 없어요.

2. Hân hạnh được gặp giám đốc Nam.

- 이 문장은 "남 사장님, 만나뵙게 되어서 반갑습니다"란 의미를 갖는다.
  보통 처음에 만날 때 사용하는 존댓말이다.

- 예) Hân hạnh được gặp ông.

  만나뵙게 되어서 반갑습니다.

  Hân hạnh được gặp cô.

  만나서 반갑습니다.

3. Có ⋯ không?

- 의문구조 "Có⋯ không?"은 한국말의 "–ㅂ니까/습니까?" 또는 "–어/
  아/여요?"와 비슷하다.

- 예) Anh **có** kế hoạch gì **không**?

  당신은 무슨 계획이 있어요?

  Chị **có** đầu tư ở đó **không**?

  거기서 투자하세요?

  - "có"은 생략해도 문제가 없다.

- 예) Hôm nay em đến công ty **không**?

  오늘 회사에 가세요?

  Anh gặp cố ấy **không**?

  그녀를 만났어요?

4. Xin

- "Xin"은 겸손한 표현인데 보통 문장 앞에서 사용된다.

- 예) **Xin** cám ơn lời mời của ông ấy.

  그분의 초대에 감사합니다.

  Xin chúc quý công ty ngày càng phát triển.

귀사의 무궁한 발전을 기원합니다.
Xin chúc sức khỏe mọi người.
다들 건강하시기 바랍니다.
Xin mời mọi người cạn ly.
여러분, 건배합시다.

PHẦN V. 연습 LUYỆN TẬP

밑줄 친 부분을 바꿔 연습하시오.

1. Giám đốc chúng tôi muốn gặp <u>anh</u>.

   a. chị

   b. ông

   c. bà

2. <u>Tối nay</u> chúng tôi mở tiệc chiêu đãi tại <u>Khách sạn Võ Tánh</u>.

   a. Tối mai, Khách sạn New World

   b. Chiều mai, Khách sạn Sunny

   c. Tối chủ nhật, Khách sạn Bình Minh

3. Nếu anh <u>có thời gian</u> thì đến nhé.

   a. rãnh

   b. không bận

   c. thu xếp được

4. Đây là thiệp mời gửi <u>các anh</u>.

    a. công ty các anh

    b. ông

    c. giám đốc Lee

5. Các anh muốn dùng <u>món ăn Hàn Quốc</u> hay <u>món ăn Việt Nam</u>?

    a. món ăn Trung Quốc, món ăn Nhật Bản

    b. món ăn Ý, món ăn Pháp

    c. món ăn miền Bắc, món ăn miền Nam

6. Chúng tôi muốn đặt <u>món ăn Việt Nam</u>, mỗi phần <u>500.000 đồng</u>.

    a. món ăn Hàn Quốc, 35 USD

    b. món ăn Ý, 40 USD

    c. món ăn miền Nam, 400.000 đồng

7. Đây là <u>phở bò</u>, mời mọi người dùng.

    a. chả giò

    b. bún bò

    c. hủ tiếu

8. Công việc cụ thể anh có thể bàn với <u>trưởng phòng Lee</u>.

    a. giám đốc Minh

    b. phó giám đốc Trung

    c. anh Vinh

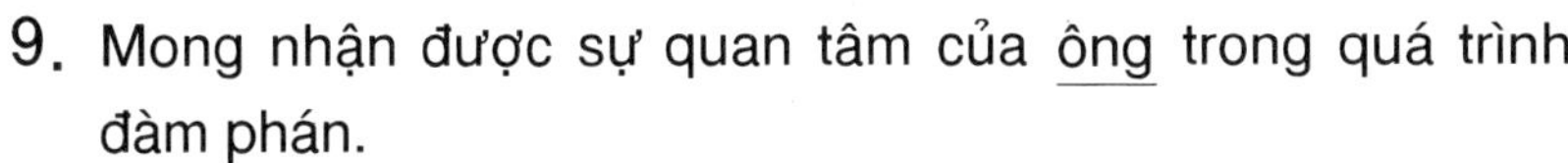

9. Mong nhận được sự quan tâm của <u>ông</u> trong quá trình đàm phán.

    a. bà

    b. chủ tịch

    c. giám đốc

10. Xin mời <u>mọi người</u> cạn ly.

    a. các bạn

    b. tổng giám đốc

    c. quý vị

HỎI HÀNG
상품 문의

PHẦN I. 문장 CÂU

1. Xin vui lòng cho biết ông quan tâm đến sản phẩm nào?
어느 제품에 대해 관심을 갖고 계신지 좀 알려 주시겠어요?

2. Chúng tôi rất thích sản phẩm phần cứng của công ty ông.
우리는 귀사의 하드웨어 제품을 아주 좋아합니다.

3. Ông thấy có triển vọng tiêu thụ tốt chứ?
잘 팔릴 전망이 있다고 생각하십니까?

4. Đây là thư hỏi hàng của công ty tôi, mời ông xem.
이것은 저희 회사의 상품 문의서인데 좀 보시지오.

5. Tôi có thể giới thiệu ông với giám đốc của công ty sản xuất thảm.
저는 양탄자 생산 회사의 사장님께 소개해 드릴 수 있습니다.

6. Công ty chúng tôi rất quan tâm đến hàng thủ công mỹ nghệ của các anh.
우리 회사는 여러분의 수공예품에 관심을 많이 갖고 있습니다.

7. Anh có cataloge hàng mẫu không?
견본장이 있습니까?

8. Đây là những sản phẩm truyền thống của đất nước chúng

tôi.

이것은 우리 나라의 전통 제품들입니다.

9. Những năm gần đây đã có nhiều cải tiến về chất lượng.
이 몇 년 이래 품질이 많이 개선되었습니다.

10. Chúng tôi xem xét rồi trả lời anh sau nhé.
우리는 알아보고 나중에 답변을 드리겠습니다.

11. Chúng tôi rất thích hàng dệt của quý công ty.
우리는 귀사의 직물을 아주 좋아합니다.

12. Đây đều là những mặt hàng đặc biệt được sản xuất trước đây.
이것은 다 전에 생산된 특별한 제품들입니다.

13. Tôi thấy mẫu mã của mấy loại này rất đẹp.
제가 보기에는 이런 종류의 모양이 아주 예쁩니다.

14. Chúng tôi muốn biết khả năng cung ứng của quý công ty.
우리는 귀사의 공급 능력을 알고 싶어요.

15. Chúng tôi sẽ cố gắng hết mình để làm hài lòng khách hàng.
손님을 만족시키기 위해서 최선을 다 하겠습니다.

16. Nghe nói ông quan tâm đến xe cẩu của công ty tôi.
저희 회사의 기중기 트럭에 대한 관심을 갖고 계신다고 들었습니다.

17. Đây là catalogue toàn bộ sản phẩm của công ty chúng tôi.
이것은 우리 회사의 모든 제품 견본장입니다.

18. Chúng tôi cần loại xe cẩu 40 tấn trở lên.
우리는 40톤 이상의 기중기 트럭이 필요합니다.

19. Không biết quý công ty có loại xe như vậy không.
귀사에서는 그런 트럭이 있는지 모르겠습니다.

20. Tôi thấy kiểu HT-500H phù hợp với quy cách ông vừa nêu.
제가 보기에는 HT-500H가 제시하신 규격에 맞는데요.

21. Ông đã xem qua catalogue sản phẩm của chúng tôi rồi chứ?
선생님이 우리 제품의 견본을 보셨지요?

22. Chúng tôi rất thích loại xe ủi đất của quý công ty.
우리는 귀사의 불도저를 아주 좋아합니다.

23. Xe ủi đất kiểu này có tổng trọng lượng bao nhiêu?
이런 불도저의 총중량이 얼마입니까?

24. Đây là thư hỏi hàng của chúng tôi.
이것은 우리 상품 문의서입니다.

25. Chúng tôi sẽ trả lời ông sớm.
우리는 일찍 회답해 드리겠습니다

PHẦN II. 회화 HỘI THOẠI

1. Ông Kim đưa thư hỏi hàng cho giám đốc công ty sản xuất máy tính sau khi xem qua hàng trưng bày và danh mục sản phẩm(전시품과 제품 목록을 본 후에 미스터 김이 컴퓨터 생산회사 사장에게 상품 문의서를 전달했다)

A Thưa ông Kim, ông đã xem qua các sản phẩm của chúng tôi.

김 선생님께서 우리 제품을 보셨는데요.

Xin vui lòng cho biết ông quan tâm đến sản phẩm nào?

어느 제품에 대해 관심을 갖고 계신지 좀 알려 주시겠어요?

B Chúng tôi rất thích sản phẩm phần cứng của công ty ông.

우리는 귀사의 하드웨어 제품을 아주 좋아합니다.

A Ông thấy có triển vọng tiêu thụ tốt chứ?

잘 팔릴 전망이 있다고 생각하십니까?

B Vâng, rất có triển vọng.

예, 전망이 아주 좋습니다.

Đây là thư hỏi hàng của công ty tôi, mời ông xem.

이것은 저희 회사의 상품 문의서인데 좀 보시지오.

A Cám ơn ông.

감사합니다.

B Lần này tôi đến cũng để đặt hàng giúp Siêu thị Sunny của Hàn Quốc.

저는 이번에 와서 역시 한국 선니백화점 대신에 주문하겠습니다.

Họ quan tâm đến sản phẩm thảm của Việt Nam.

그들은 베트남 양탄자에 대한 관심이 있습니다.

Ông có thể giúp chúng tôi liên hệ đối tác được chứ?

우리가 파트너와 연락할 수 있도록 도와 주실 수 있습니까?

A Đương nhiên là được.

물론이지요.

Tôi có thể giới thiệu ông với giám đốc của công ty sản xuất thảm.

저는 양탄자 생산 회사의 사장님께 소개해 드릴 수 있습니다.

B Cám ơn ông nhiều.

대단히 감사합니다.

2. Một doanh nhân nước ngoài đến Việt Nam tìm hiểu các mặt hàng thủ công mỹ nghệ của Việt Nam(한 외국 사업가가 베트남 수공예품을 알아보러 베트남에 왔다)

A Lần này đến đây các anh chủ yếu muốn bàn về những mặt hàng nào?

이번에 와서 주로 어느 종목에 대해 상담하고 싶으십니까?

B Công ty chúng tôi rất quan tâm đến hàng thủ công mỹ nghệ của các anh.

우리 회사는 여러분의 수공예품에 관심을 많이 갖고 있습니다.

Hy vọng có thể đàm phán về mặt hàng này.

이 제품에 대해 논의할 수 있기 바랍니다.

A Chúng tôi có rất nhiều chủng loại hàng thủ công mỹ nghệ.

우리는 여러가지의 수공예품이 있습니다.

Anh thích loại nào?

어떤 종류를 좋아하십니까?

B Chúng tôi rất thích hàng đăng ten.

우리는 레이스를 아주 좋아합니다.

Anh có cataloge hàng mẫu không?

견본장이 있습니까?

A Có. Đây là catalogue của Công ty Gia Hân.

예. 이것은 야헌회사의 견본입니다.

Đây là những sản phẩm truyền thống của đất nước

chúng tôi.

이것은 우리 나라의 전통 제품들입니다.

Những năm gần đây đã có nhiều cải tiến về chất lượng.

이 몇 년 이래 품질이 많이 개선되었습니다.

Đa số hàng mẫu đều là hàng mới.

대부분 견본은 새로운 제품입니다.

B Tốt lắm. Chúng tôi xem xét rồi trả lời anh sau nhé.

좋습니다. 우리는 알아보고 나중에 답변을 드리겠습니다.

A Vâng, cám ơn anh.

예, 감사합니다.

3. Ông Lee đến Việt Nam tìm hàng dệt để nhập về Hàn Quốc. (미스터 이는 베트남에 가서 한국에 수입하기 위한 직물을 찾고 있다)

A Ông Lee, lần này sang Việt Nam ông muốn tìm hàng gì?

미스 리, 이번에 베트남에 와서 어떤 제품을 찾고 있습니까?

B Chúng tôi rất thích hàng dệt của quý công ty.

우리는 귀사의 직물을 아주 좋아합니다.

Hy vọng có thể tìm được mặt hàng vừa ý

마음에 든 제품을 찾을 수 있기 바랍니다.

A Đây là catalogue và hàng mẫu.

카탈로그와 샘플이 여기에 있습니다.

Đây đều là những mặt hàng đặc biệt được sản xuất ở đây.

이것은 다 여기서 생산된 특별한 제품들입니다.

Ⓑ Tôi thấy mẫu mã của mấy loại này rất đẹp.

제가 보기에는 이런 종류의 모양이 아주 예쁩니다.

Ⓐ Xin ông cho biết các mã hàng để tôi ghi lại.

기재하기 위해서 제품 번호를 알려 주십시오.

Ⓑ 0306, 1809 và 0210.

0306, 1809 그리고 0210

Ⓐ Tổng cộng ba loại phải không?

모두 3 가지 가깝게지요?

Ⓑ Đúng vậy.

맞습니다.

Chúng tôi muốn biết khả năng cung ứng của quý công ty.

우리는 귀사의 공급 능력을 알고 싶습니다.

Ⓐ Đây là những mặt hàng khá đặc biệt nên sản lượng không được nhiều.

이것은 특별한 제품이기 때문에 생산량이 많지 않습니다.

Tuy nhiên chúng tôi sẽ cố gắng hết mình để làm hài lòng khách hàng.

그렇지만 손님을 만족시키기 위해서 최선을 다 하겠습니다.

Ⓑ Xin cảm ơn.

감사합니다.

4. Ông Minh tìm mua xe cẩu loại 40 tấn trở lên. (미스터 민은 40톤 이상의 기중기 트럭을 찾고 있다)

Ⓐ Thưa ông Minh, nghe nói ông quan tâm đến xe cẩu của công ty tôi.

민 선생님, 우리 회사의 기중기 트럭에 대한 관심을 갖고 계신다고 들었습니다.

B Vâng, chúng tôi dự định đặt mua xe cẩu.

네, 우리는 기중기 트럭을 구입할 예정입니다.

A Đây là catalogue toàn bộ sản phẩm của công ty chúng tôi.

이것은 우리 회사의 모든 제품 견본장입니다.

Xin mời ông xem.

좀 보시지요.

B Chúng tôi cần loại xe cẩu 40 tấn trở lên.

우리는 40톤 이상의 기중기 트럭이 필요합니다.

Không biết quý công ty có loại xe như vậy không.

귀사에서는 그런 트럭이 있는지 모르겠습니다.

A Tôi thấy kiểu HT-500H phù hợp với quy cách ông vừa nêu.

제가 보기에는 HT-500H가 제시하신 규격에 맞는데요.

Loại cẩu này có thể nâng được 50 tấn.

이 가중기는 50톤을 올릴 수 있습니다.

B Còn độ dài của cần cẩu?

그리고 기중기의 길이는요?

A 40 mét.

40 미터입니다.

B Cám ơn anh. Chúng tôi xem xét rồi trả lời anh sau nhé.

감사합니다. 우리는 좀 생각해보고 나중에 대답해드리겠습니다.

5. Ông Tự đang định mua xe ủi đất của một công ty(미스터 뜨는 어떤 회사의 불도저를 찾고 있다)

Ⓐ Thưa ông Tự ông đã xem catalogue sản phẩm của chúng tôi rồi chứ?

뜨 선생님, 우리 제품의 견본장을 보셨지요?

Ⓑ Tôi xem rồi.

저는 봤습니다.

Ⓐ Ông cảm thấy thích loại nào?

어느 종류를 좋아하십니까?

Ⓑ Chúng tôi rất thích loại xe ủi đất của quý công ty.

우리는 귀사의 불도저를 아주 좋아합니다.

Ⓐ Vậy, ông định mua kiểu nào?

그러면 어느 모델을 구입하려고 하십니까?

Ⓑ Chúng tôi định mua kiểu S5.

우리는 S5 모델을 사고 싶습니다.

Xe ủi đất kiểu này có tổng trọng lượng là bao nhiêu?

이런 불도저의 총중량이 얼마입니까?

Ⓐ 15 tấn.

15톤입니다.

Ⓑ Công suất thế nào?

출력이 어때요?

Ⓐ 130 mã lực.

130 마력입니다.

Ⓑ Loại xe ủi này có đặc điểm gì?

이 종류의 불도저는 무슨 특징이 있습니까?

Ⓐ Thao tác thuận tiện. Hệ thống chuyển động linh hoạt. Linh kiện rất tốt.

조작이 편합니다. 움직이는 시스템이 원활합니다. 그리고 부품이 아주 좋습니다.

B Đây là thư hỏi hàng của chúng tôi.

이것은 우리의 상품 문의서입니다.

A Xin cám ơn.

감사합니다.

Chúng tôi sẽ trả lời ông sớm.

우리는 일찍 회답해 드리겠습니다

PHẦN III. 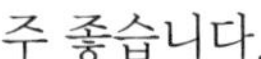 새 단어 TỪ MỚI 

1. quan tâm	관심을 가지다
2. sản phẩm	제품, 상품
3. phần cứng	하드웨어
4. công ty	회사
5. triển vọng	전망
6. tiêu thụ	판매, 소비
7. thư hỏi hàng	상품 문의서
8. sản xuất	생산(하다)
8. thảm	카펫, 양탄자
9. hàng mẫu	견본, 샘플
10. truyền thống	전통, 전통적
11. cải tiến	개선하다
12. chất lượng	질, 품질
13. hàng dệt	직물
14. mặt hàng	(상품) 종목

15. mẫu mã	모양
16. khả năng cung ứng	공급 능력
17. cố gắng hết mình	최대 노력
18. làm hài lòng khách hàng	손님을 만족시키다
19. nghe nói	듣기로는
20. xe cẩu	기중기, 크레인
21. tấn	톤
22. trở lên	이상
23. phù hợp	부합하다, 적합하다
24. quy cách	규격
25. xe ủi đất	불도저
26. tổng trọng lượng	총중량

PHẦN IV. 문법과 해설
NGỮ PHÁP VÀ GIẢI THÍCH

1. Xin vui lòng…

- "Xin vui lòng…"은 문장 앞에서 사용되는 존댓말인데 보통 예의바르게 부탁하거나 질문할 때 많이 사용한다.

예 **Xin vui lòng** cho biết ông quan tâm đến sản phẩm nào?

어느 제품에 대해 관심을 갖고 계신지 좀 알려 주시겠어요?

Xin vui lòng ký tên vào đây.

여기에 서명을 해 주세요.

- 2인칭 대명사를 사용하는 경우는 다음과 같다.

Xin **anh** vui lòng chờ giám đốc một chút.

사장님을 좀 기다려 주세요.

Xin **chị** vui lòng đi trước.

먼저 가시지요.

2. Rất

- 부사 "rất"은 동사 또는 형용사 앞에서 사용되고 뜻은 한국말의 "아주, 매우"와 비슷하다.

㉠ Chúng tôi **rất** thích sản phẩm phần cứng của công ty ông.

우리는 당신 회사의 하드웨어 제품을 아주 좋아합니다.

Sản phẩm này **rất** được ưa chuộng.

이 상품은 매우 인기있어요.

Cô ấy **rất** dễ thương.

그녀는 아주 귀여워요.

3. Quý

- "quý"는 한자로 "貴"인데 공손히 사용하는 말이다.

㉠ Chúng tôi muốn biết khả năng cung ứng của **quý** công ty.

우리는 귀사의 공급 능력을 알고 싶어요.

Xin chào **quý** khách.

귀빈 여러분, 안녕하십니까?

4. Chúng tôi sẽ trả lời ông sớm.

- 이 문장은 약속하는 의미를 갖고 있는데 보통 무역 상담에서 많이 사용한다. 뜻은 "우리는 일찍 회답해 드리겠습니다"이다. 비슷한 표현은 다음과 같다.

(예) Chúng tôi sẽ phúc đáp thư anh trong thời gian sớm nhất.

당신에게 제일 빠른 시간에 회신해 드리겠습니다.

Chúng tôi sẽ cho anh biết ý kiến trong ngày mai.

내일 안에 의견을 알려드리겠습니다.

PHẦN V. 연습 LUYỆN TẬP

밑줄 친 부분을 바꿔 연습하시오.

1. Chúng tôi hy vọng có thể cùng ông đàm phán về <u>hàng thủ công mỹ nghệ</u>.

    a. hàng thủy sản

    b. hàng nông sản

    c. hàng dệt

2. Chúng tôi rất quan tâm đến <u>xe hơi</u> của công ty ông.

    a. xe tải

b. xe cẩu

c. xe nâng

3. Chúng tôi muốn đặt mua một số <u>hàng thủy sản</u> chế biến tại <u>Vĩnh Long</u>.

    a. hàng lâm sản, Gia Lai

    b. hàng nông sản, Cần Thơ

    c. thực phẩm, Sài Gòn

4. Đây là <u>bảng giá</u>, mời anh xem.

    a. hàng mẫu

    b. ca ta lô

    c. bản hướng dẫn sử dụng

5. Tôi thấy <u>mẫu mã</u> của loại hàng này khá đẹp.

    a. quy cách, thích hợp

    b. kiểu dáng, mới mẻ

    c. hoa văn, mỹ quan

6. Chúng tôi cần mua một số xe cẩu có tải trọng <u>35 tấn</u>.

    a. 40 tấn

    b. 50 tấn

    c. 60 tấn

7. Không biết chị có hàng với <u>quy cách</u> như thế không?

    a. kích cỡ

b. kiểu dáng

c. hoa văn

8. Tôi thấy <u>kiểu H-0306</u> phù hợp với quy cách anh vừa nêu.

    a. mẫu T-1809

    b. model S-0210

    c. mã B-0311

9. <u>Xe cẩu</u> loại này có <u>tổng trọng lượng</u> là bao nhiêu?

    a. xe nâng, công suất

    b. xe đào đất, trọng lượng

    c. xe tải, tải trọng

10. <u>Xe ủi đất</u> này <u>thao tác thuận tiện</u>.

    a. cần cẩu, có sức nâng lớn

    b. xe nâng, dễ vận hành

    c. sản phẩm, tương đối gọn nhẹ

BÁO GIÁ
가격 제공

1. Xin ông vui lòng báo giá các sản phẩm chúng tôi quan tâm.

   우리가 관심을 가지고 있는 제품에 대한 가격을 알려 주십시오.

2. Đây là bảng báo giá mới nhất của chúng tôi.

   이것은 우리의 최신 가격표입니다.

3. Giá của chúng tôi rất cạnh tranh.

   우리 가격은 아주 경쟁적입니다.

4. Giá ông báo đều là giá CIF, phải không?

   알려 주신 가격은 모두 다 운임 보험료 포함 가격이지요?

5. Chúng tôi muốn ông báo cả giá FOB luôn.

   FOB 가격도 알려 주시기 바랍니다.

6. Mấy loại này đều là hàng mới phải không?

   이런 종류들은 다 신제품입니까?

7. Tuy nhiên đây đều là hàng đang bán chạy cả.

   그렇지만 이것은 다 잘 팔리는 상품이에요.

8. Mẫu mã của những sản phẩm này sắp tới sẽ thịnh hành trên thị trường thế giới.

이런 제품들의 모양은 앞으로 세계 시장에서 유행해질 겁니다.

9. Ông hãy báo giá trước, như vậy chúng tôi mới quyết định được.

가격을 먼저 알려 주셔야 우리는 결정할 수 있습니다.

10. Số lượng mà chúng tôi đặt tùy thuộc phần lớn vào giá của phía ông.

우리가 주문할 수량은 선생님 쪽의 가격에 달려 있습니다.

11. Hy vọng phía ông báo giá CIF Sài Gòn thấp nhất.

최저 사이공 CIF 가격을 알려 주시기 바랍니다.

12. Để tiện cho việc báo giá, xin ông nói số lượng phía ông cần.

가격을 알려 드릴 수 있도록 필요하신 수량을 말씀해 주시지요.

13. Xin ông vui lòng nêu ra giá ước chừng trước.

먼저 대충 가격에 대해 말씀해 주십시요.

14. Đây là giá sàn phải không?

이것은 최저 가격이지요?

15. Nhưng giá sau cùng sẽ do tôi quyết định.

그렇지만 최종 가격은 제가 결정하겠습니다.

16. Khi nào chúng tôi có thể nhận được giá sàn CIF của phía ông?

언제 당신 쪽의 CIF 최저가격을 받을 수 있어요?

17. Chúng tôi sẽ tính xong giá chậm nhất là vào tối nay.

늦어도 오늘 저녁에 가격 계산을 마무리 하겠습니다.

18. Hy vọng sáng mai nhận được báo giá của phía ông.

내일 아침에 선생님 쪽의 가격표를 받을 수 있으면 좋겠습니다.

19. Bản báo giá của ông có hiệu lực trong mấy ngày?
선생님의 가격표는 며칠까지 유효합니까?

20. Nếu giá của phía ông hợp lý, chúng tôi sẽ quyết định đặt hàng ngay.
선생님 쪽의 가격이 적당하면 우리는 바로 주문하기로 하겠습니다.

21. Không biết giá cả có thay đổi gì không?
가격 변동이 있습니까?

22. Kiểu S0210 giá 300 đô la Mỹ một cái.
S0210모델은 한 대에 300미화예요.

23. Nếu ông đặt hàng với số lượng lớn, chúng tôi có thể xem lại giá.
대량으로 주문하시면 우리는 가격을 다시 검토할 수 있습니다.

24. Giá của kiểu này không có thay đổi so với năm rồi.
이 모양의 가격은 작년에 비해 차이가 없습니다.

25. Sáng mai chúng tôi sẽ cho ông biết số lượng đặt hàng.
내일 아침에 주문량을 알려 드리겠습니다.

PHẦN II. 회화 HỘI THOẠI  

1. Hai người đang nói chuyện về việc báo giá(두 사람이 가격 제공에 대해 이야기하고 있습니다)

   Ⓐ Xin ông vui lòng báo giá các sản phẩm chúng tôi quan tâm.

우리가 관심을 가지고 있는 제품에 대한 가격을 좀 알려 주십시오.

Ⓑ Đây là bảng báo giá mới nhất của chúng tôi.

이것은 우리의 최신 가격표입니다.

Ⓐ Giá lần này thế nào, thưa ông?

이번 가격은 어떻습니까?

Ⓑ Giá của chúng tôi rất cạnh tranh.

우리 가격은 아주 경쟁적입니다.

Ⓐ Giá ông báo đều là giá CIF, phải không?

알려 주신 가격은 모두 다 운임 보험료 포함 각격이지요?

Ⓑ Đúng vậy.

맞습니다.

Ⓐ Chúng tôi muốn ông báo cả giá FOB luôn.

FOB 가격도 알려 주시기 바랍니다.

Ⓑ Được. Xin ông chờ một chút nhé.

좋습니다. 잠시만 기다려 주십시오.

2. Khách hàng đề nghị ông Sinh báo giá để quyết định số lượng đơn hàng.(주문량을 결정하기 위해서 거래처가 미스터 싱한테 가격 제공을 제안했다.)

Ⓐ Ông Sinh, mấy loại này đều là hàng mới phải không?

싱 선생님, 이런 종류들은 다 신제품입니까?

Ⓑ Không phải.

아닙니다.

Tuy nhiên đây đều là hàng đang bán chạy cả.

그렇지만 이것은 다 잘 팔리는 상품이에요.

Mẫu mã của những sản phẩm này sắp tới sẽ thịnh hành trên thị trường thế giới.

이런 제품들의 모양은 앞으로 세계 시장에서 유행해질 겁니다.

Tôi muốn ông đặt một số.

몇 가지 주문하시면 좋겠습니다.

Ⓐ Ông hãy báo giá trước, như vậy chúng tôi mới quyết định được.

가격을 먼저 알려 주셔야 우리는 결정할 수 있습니다.

Ⓑ Xin ông cho biết số lượng hàng sẽ đặt khoảng bao nhiêu.

주문하실 수량은 대략 얼마인지 알려 주시지요.

Ⓐ Số lượng mà chúng tôi đặt tùy thuộc phần lớn vào giá của phía ông.

우리가 주문할 수량은 주로 선생님 쪽의 가격에 달려 있습니다.

Vậy xin ông hãy báo giá trước.

그러면 가격을 먼저 알려 주시지요.

Ⓑ Thôi được. Tôi sẽ cho ông biết ngay.

좋습니다. 바로 알려 드리겠습니다.

3. Khách hàng yêu cầu ông Hà báo giá thấp nhất(거래처가 미스터 하에게 최저 가격을 알려 주기를 요구했다)

Ⓐ Ông Hà, đây là thư hỏi hàng của chúng tôi.

미스터 하, 이것은 우리의 상품 문의서입이다.

Ⓑ Cám ơn.

감사합니다.

Ⓐ Hy vọng phía ông báo giá CIF Sài Gòn thấp nhất.

최저 사이공 CIF 가격을 알려 주시기 바랍니다.

Ⓑ Để tiện cho việc báo giá, xin ông nói số lượng phía ông cần.

가격을 알려 드릴 수 있도록 필요하신 수량을 말씀해 주시지요.

Ⓐ Xin ông vui lòng nêu ra giá ước chừng trước.

먼저 대충 가격에 대해 말씀해 주십시요.

Ⓑ Đây là bảng giá của chúng tôi.

이것은 우리의 가격표입니다.

Ⓐ Giá sàn phải không ông?

최저 가격이지요?

Ⓑ Đúng vậy.

맞습니다.

Nhưng giá sau cùng sẽ do tôi quyết định.

그렇지만 최종 가격은 제가 결정하겠습니다.

4. Khách hàng yêu cầu ông Minh báo giá sớm(거래처가 미스터 밍에게 빨리 가격을 알려 주기를 요구했다)

Ⓐ Ông Minh, khi nào chúng tôi có thể nhận được giá sàn CIF của công ty ông?

밍 선생님, 언제 귀사의 CIF 최저가격을 받을 수 있어요?

Ⓑ Chúng tôi sẽ tính xong giá chậm nhất là vào tối nay.

늦어도 오늘 저녁에 가격 계산을 마무리 하겠습니다.

Sáng mai sẽ báo cho ông biết ngay.

내일 아침에 바로 알려 드리겠습니다.

Ⓐ Tốt lắm.

좋습니다.

Hy vọng sáng mai nhận được báo giá của phía ông.

내일 아침에 선생님 쪽의 가격표를 받을 수 있으면 좋겠습니다.

Ⓑ Chắc chắn như thế.

저는 그렇게 확실합니다.

Ⓐ Bản báo giá của ông có hiệu lực trong mấy ngày?
선생님의 가격표는 며칠 안에 유효합니까?

Ⓑ Có hiệu lực trong năm(5) ngày.
5일 안에 유효합니다.

Ⓐ Nếu giá của phía ông hợp lý, chúng tôi sẽ quyết định đặt hàng ngay.
선생님 쪽의 가격이 적당하면 우리는 바로 주문하겠습니다.

5. Khách hàng hỏi giá giám đốc Jeong để đặt hàng tiếp tục(계속 주문하기 위해서 거래처가 정 사장에게 가격에 대해 질문하고 있습니다)

Ⓐ Giám đốc Jeong, chúng tôi muốn đặt tiếp lô hàng monitor LCD.
정 사장님, LCD 모니터를 계속 주문하고 싶습니다.
Không biết giá cả có thay đổi gì không?
가격 변동이 있는지요?

Ⓑ Xin hỏi ông cần model nào?
실례지만 어떤 모델을 원하십니까?

Ⓐ Model S0210G.
모델 S0210G요.

Ⓑ Model S0210G giá 300 đô la Mỹ một cái.
S0210모델의 가격은 한 대에 300USD입니다.

Ⓐ Đó là giá sàn CIF phải không?
그것은 CIF 최저 가격입니까?

Ⓑ Vâng. Nếu ông đặt hàng với số lượng lớn, chúng tôi có thể xem lại giá.
예, 대량으로 주문하시면 우리는 가격을 다시 검토할 수 있습니다.

A Còn model T1809?

그리고 모델 T1809는요?

B Giá của kiểu này không có thay đổi so với năm rồi.

이 모양의 가격은 작년에 비해 차이가 없습니다.

A Vẫn là 250 đô la Mỹ?

아직도 250 달러 입니까?

B Đúng vậy.

맞습니다.

A Thôi được, cám ơn ông.

좋습니다. 감사합니다.

Sáng mai chúng tôi sẽ cho ông biết số lượng đặt hàng.

내일 아침에 주문량을 알려 드리겠습니다.

PHẦN III.   새 단어 TỪ MỚI

1. báo giá	가격 제공
2. bảng giá	가격표
3. mới nhất	최신
4. cạnh tranh	경쟁, 경쟁적
5. giá CIF	운임 보험료 포함 가격
6. giá FOB	본선 인도 가격
7. hàng mới	신제품
8. hàng bán chạy	잘 팔리는 상품
9. thịnh hành	유행(하다)

10. thị trường thế giới   세계 시장
11. quyết định   결정하다
12. số lượng   수량
13. tùy thuộc   –에 달려 있다
14. phần lớn   대부분
15. thấp nhất   최저
16. cần   필요하다
17. giá ước chừng   개산 가격
18. giá sàn   최저 가격(giá trần 최고 가격)
19. giá sau cùng   최종 가격
20. chậm nhất   가장 늦은
21. có hiệu lực   유효
21. hợp lý   합리적이다
22. đặt hàng   주문하다
23. giá cả   가격
24. thay đổi   변경(하다)
25. số lượng lớn   대량

PHẦN IV. 문법과 해설 NGỮ PHÁP VÀ GIẢI THÍCH

1. Phải không?

- 의문 구조 "…, phải không"은 문장 끝에서 사용되는데 한국말의 "지요?"와 비슷하다.

  예 Giá ông báo đều là giá CIF, **phải không**?

알려 주신 가격은 모두 다 운임 보험료 포함 가격이지요?

Đây là sản phẩm Hàn Quốc chế tạo, **phải không**?

이것은 한국제 상품이지요?

2. Tuy nhiên

- "Tuy nhiên"은 보통 문장 앞에서 사용되고 뜻은 "그러나, 그렇지만"와 비슷하다.

예 **Tuy nhiên** đây đều là hàng đang bán chạy cả.

그렇지만 이것은 다 잘 팔리는 상품이에요.

Tuy nhiên giá này hơi đắt một tí.

그러나 이 값은 좀 비싸요.

3. Khi nào

- 의문사 "khi nào"는 "언제"란 의미를 갖는다. 주의해야 하는 것은 문장 앞에서 사용되면 미래 의미를 표현하고 문장 끝에서 사용되면 과거 의미를 표현한다.

예 **Khi nào** chúng tôi có thể nhận được giá sàn CIF của phía ông?

언제 당신 쪽의 CIF 최저가격을 받을 수 있어요?

Anh đến Việt Nam **khi nào**?

언제 베트남에 오셨어요?

- "Khi nào"와 같은 뜻인 "bao giờ"의 용법도 마찬가지이다.

예 **Bao giờ** anh (sẽ) đi công tác?

언제 출장 가실 거예요?

Chị (đã) mua sản phẩm đó **bao giờ**?

그 상품을 언제 사셨어요?

4. 화폐 단위

- 주요 세계 화폐 단위는 다음과 같다.

Đô la Mỹ	미화 USD
Euro	유로화
Bảng (Anh)	(영국) 파운드(pound)
Franc (Pháp)	(프랑스) 프랑(francs)
Mác Đức	(독일) 마르크(mark)
Lia Ý	이탈리아 리라(lira)
Rúp	루블(ruble)
Đô la Úc	(호주) 달러 AUD
Đô la Ca na đa	(캐나다) 달러 CAD
Nhân dân tệ	인민폐(renminbi) CNY
Yên Nhật	(일본) 엔 JPY
Won Hàn Quốc	(한국) 원 KRW
Đồng	(베트남) 동 VND

㉖ Kiểu S0210 giá 900 **đô la Mỹ** một chiếc.

S0210모델은 한 대에 900미화예요.

Giá sản phẩm này là 5.000**Won** một cái.

이 상품의 가격은 한 개에 5,000원이에요.

Cái đó giá 100.000 **đồng** một ki lô gam.

그것은 1킬로에 100,000동이에요.

PHẦN V. 연습 LUYỆN TẬP

밑줄 친 부분을 바꿔 연습하시오.

1. Ông có thể cho biết giá <u>sản phẩm này</u> được không?

   a. trà xanh

   b. cà phê

   c. gạo

2. Tôi muốn anh báo giá <u>CIF Sài Gòn</u>.

   a. FOB Hải Phòng

   b. CIF Busan

   c. FOB Incheon

3. Giá CIF Đà Nẵng của sản phẩm này là <u>500 USD</u> một chiếc.

   a. hai triệu đồng, cái

   b. một triệu Won, thùng

   c. tám trăm Yen, bao

4. Giá chị báo là giá CIF gồm <u>giá thành cộng phí vận chuyển và phí bảo hiểm</u> phải không?

   a. giá giao hàng tại kho

   b. giá giao hàng đến cảng

   c. giá giao hàng lên tàu

5. Giá trên đây là giá sát nhất.

    a. giá trần

    b. giá sàn

    c. giá thấp nhất

6. Tối nay chúng tôi tính xong giá, sáng mai sẽ báo cho anh biết.

    a. chiều nay, sáng sớm ngày mai

    b. sáng mai, chiều mai

    c. sáng ngày mốt, chiều ngày mốt

7. Giá sản phẩm này có biến động so với năm rồi.

    a. dầu

    b. thép

    c. xi măng

8. Giá chúng tôi báo có hiệu lực trong năm ngày.

    a. ba ngày

    b. một tuần

    c. một tháng

9. Nếu giá của bên anh hợp lý, chúng tôi sẽ quyết định đặt hàng ngay.

    a. rẻ

    b. tốt

    c. thấp

10. Nếu anh đặt hàng với số lượng lớn, chúng tôi có thể <u>xem lại giá</u>.

    a. giảm giá / hạ giá

    b. nghiên cứu lại giá

    c. thương lượng lại giá

ĐÀM PHÁN GIÁ CẢ
가격 상담

PHẦN I. 문장 CÂU  

1. Giá phía anh cao như thế rất khó tiêu thụ sản phẩm.
   선생님의 가격이 그렇게 높으면 상품 판매가 매우 힘들 겁니다.

2. Từ năm rồi giá cà phê đã tăng nhiều.
   작년부터 커피 가격은 많이 늘었습니다.

3. Giá của chúng tôi khá hợp lý nếu so với nơi khác.
   우리 가격은 다른 데에 비해 상당히 적당합니다.

4. Ấn Độ đã tham gia thị trường, giá của họ khá thấp.
   인도는 시장에 참가했는데 그들의 가격은 상당히 낮습니다.

5. Kết hợp chất lượng mà xét, tôi cho rằng giá này là hợp lý.
   품질과 같이 검토해보면 이런 가격이 적당하다고 생각합니다.

6. Tuy nhiên hiện tại thị trường đang cạnh tranh rất khốc liệt.
   그러나 현재 시장이 매우 심하게 경쟁 중이다.

7. Tôi biết trong thực tế có nước còn đang bán phá giá.
   제가 알기로는 실제로 어떤 나라가 투매하고 있습니다.

8. Sản phẩm của chúng tôi vẫn có sức cạnh tranh tốt.
   우리 제품의 경쟁력은 아직 잘 되어 있습니다.

9. Nhưng tôi cho rằng khách hàng khó chấp nhận giá cả của phía ông.

그렇지만 손님은 선생님의 가격을 받아들이기 힘들다고 생각합니다.

10. Để giao dịch thành công, chúng tôi chấp nhận giá của công ty ông.

거래 성공을 위하여 우리는 귀사의 가격을 받아들이겠습니다.

11. Để giao dịch thành công, chúng tôi có thể nhượng bộ đôi chút.

거래 성공을 위하여 우리는 약간 양보할 수 있습니다.

12. Xin ông nói rõ số lượng đặt hàng để chúng tôi có thể điều chỉnh mức giá hợp lý.

적당한 가격을 조정할 수 있도록 주문량을 분명히 알려 주십시오.

13. Số lượng đặt hàng của chúng tôi phụ thuộc phần lớn vào mức giá.

우리의 주문량은 주로 가격에 달려 있습니다.

14. Nếu ông đặt hàng với số lượng lớn, chúng tôi có thể giảm 2%.

대량으로 주문하시면 2% 할인해 드릴 수 있습니다.

15. Chúng tôi chỉ có thể giảm 2%, không thể hơn nữa.

우리는 2%만 할인해 드릴 수 있습니다. 더 이상 못하겠습니다.

16. Đây là giá sàn của chúng tôi đối với tiêu Gia Lai.

이것은 잘라이 후추에 대한 최저 가격입니다.

17. Mỗi tấn giá 6.000 đô la FOB Cảng Sài Gòn, giao hàng vào tháng 8 năm 2008.

사이공 FOB 가격은 일 톤에 6.000달러인데 2008년 8월에 납품하는 겁니다.

18. Giá tiêu trên thị trường đã tăng rất nhiều.
시장상 후추 가격은 많이 늘었습니다.

19. Giá mà chúng tôi báo cho ông vẫn khá rẻ so với nơi khác.
우리가 제공하는 가격은 다른 데에 비해 상당히 쌉니다.

20. Giá của ông vẫn cao hơn giá chúng tôi có được từ nơi khác.
선생님의 가격은 우리가 다른 곳에서 얻은 것보다 높습니다.

21. Ai cũng biết sản phẩm của chúng tôi chất lượng cao.
우리의 고품질 제품은 누구나 압니다.

22. Mấy năm gần đây giá tơ nhân tạo hầu như không có biến động.
최근 몇 년 이래 인조견사 가격은 거의 변동이 없습니다.

23. Nếu mua vào với giá này, thực sự chúng tôi khó mà bán được.
이런 가격으로 구입하면 우리는 정말 판매하기 힘들 겁니다.

24. Nếu không nghĩ đến quan hệ lâu ngày giữa hai bên, chúng tôi đã không báo giá sàn như thế này đâu.
양쪽의 장기 관계를 고려하지 않으면 우리는 이렇게 최저 가격을 제공하지 않았습니다.

25. Thật không dễ thuyết phục khách hàng mua với giá này.
이런 가격으로 거래처한테 구입 설득하기 정말 쉽지 않을 겁니다.

PHẦN II. 회화 HỘI THOẠI  

1. Anh Tuấn và ông Lee đang đàm phán về giá cà phê.(뚜언 씨 와 미스터 이가 커피 가격에 대해 의논하고 있습니다)

A Anh Tuấn, giá cao như thế rất khó tiêu thụ sản phẩm.
뚜언 씨, 가격이 그렇게 높으면 상품 판매가 매우 힘들 겁니다.

B Ông Lee, ông biết đó, từ năm rồi giá cà phê đã tăng nhiều.
이 선생님이 아시다시피 작년부터 커피 가격은 많이 늘었습니다.
Giá của chúng tôi khá hợp lý nếu so với nơi khác.
우리 가격은 다른 데에 비해 상당히 적당합니다.

A Tôi không đồng ý về điểm này.
저는 이 점에 대해 동의하지 않습니다.
Ấn Độ đã tham gia thị trường, giá của họ khá thấp.
인도는 시장에 참가했는데 그들의 가격은 상당히 낮습니다.

B Tuy nhiên giới thương nhân đều biết rõ chất lượng cà phê Việt Nam.
그러나 사업가들이 베트남 커피의 질을 다 잘 압니다.
Kết hợp chất lượng mà xét, tôi cho rằng giá này là hợp lý.
품질과 같이 검토해 보면 이런 가격이 적당하다고 생각합니다.

2. Hai người đang bàn thảo về giá trà(두 사람이 차 가격에 대해 의 논하고 있습니다)

A Chất lượng trà của công ty ông rất tốt, điều này tôi không phủ nhận.

귀사의 차 질이 아주 좋습니다. 저는 이것을 부인하지 않습니다.

Tuy nhiên hiện tại thị trường đang cạnh tranh rất khốc liệt.

그러나 현재 시장이 매우 심하게 경쟁 중이다.

Tôi biết trong thực tế có nước còn đang bán phá giá.

제가 알기로는 실제로 어떤 나라가 투매하고 있습니다.

Ⓑ Sản phẩm của chúng tôi vẫn có sức cạnh tranh tốt.

우리 제품의 경쟁력은 아직도 잘 되어 있습니다.

Những khách hàng khác hiện đang đặt mua không ngừng.

다른 거래처는 현재 끊임없이 주문하고 있습니다.

Điều này chứng tỏ về hương vị, trà của nước khác không thể sánh được với trà của chúng tôi.

이것은 향과 맛에 대해서 다른 나라의 차는 우리 차에 못함을 증명합니다.

Ⓐ Nhưng tôi cho rằng khách hàng khó chấp nhận giá cả của công ty ông.

그렇지만 손님이 귀사의 가격을 받아들이기 힘들다고 생각합니다.

Ⓑ Thẳng thắn mà nói, vì quan hệ tốt đẹp của chúng ta, chúng tôi mới báo giá thấp như thế.

솔직히 말마면 우리의 좋은 관계를 위해서 이렇게 낮은 가격을 알려 드렸습니다.

Ⓐ Thôi được, để giao dịch thành công, chúng tôi chấp nhận giá của công ty ông.

좋습니다. 거래 성공을 위하여 우리는 귀사의 가격을 받아들이겠습니다.

3. Hai người đang thảo luận về giá cả và số lượng đơn hàng(두 사람이 주문의 가격과 수량에 대해 의논하고 있다)

Ⓐ Để giao dịch thành công, chúng tôi có thể nhượng bộ đôi chút.

거래 성공을 위하여 우리는 약간 양보할 수 있습니다.

Xin ông nói rõ số lượng đặt hàng để chúng tôi có thể điều chỉnh mức giá thích hợp.

적당한 가격을 조정할 수 있도록 주문량을 분명히 알려 주시지요.

Ⓑ Số lượng đặt hàng của chúng tôi phụ thuộc phần lớn vào mức giá.

우리의 주문량은 주로 가격에 달려 있습니다.

Chúng ta hãy giải quyết vấn đề giá cả trước.

우리는 가격 문제를 먼저 해결합시다.

Ⓐ Thôi được. Nếu ông đặt hàng với số lượng lớn, chúng tôi sẽ giảm 2%.

좋습니다. 대량으로 주문하시면 2% 할인해 드리겠습니다.

Ⓑ Để giao dịch thành công, tôi cho rằng phải giảm 5% mới được.

거래 성공을 위하여 5% 할인해야 한다고 생각합니다.

Ⓐ Xin lỗi chúng tôi chỉ có thể giảm 2%, không thể hơn nữa.

죄송하지만 우리는 2%만 할인해 드릴 수 있습니다. 더 이상 안됩니다.

4. **Một khách hàng nước ngoài đang đàm phán giá với nhà cung cấp tiêu Việt Nam**(한 외국 거래처가 베트남 후추 공급자와 의논하고 있다)

Ⓐ Đây là giá sàn của chúng tôi đối với tiêu Gia Lai.

이것은 잘라이 후추에 대한 최저 가격입니다.

Mỗi tấn giá 6.000 đô la FOB Cảng Sài Gòn, giao hàng vào tháng 8 năm 2008.

사이공 FOB 가격은 일 톤에 6.000달러인데 2008년 8월에 납품하는 겁니다.

Giá này có hiệu lực trong vòng 5 ngày.

이 가격은 5일 이내 유효합니다.

Ⓑ Giá lần này cao hơn năm trước 20%.

이번 가격은 작년보다 20% 높습니다.

Ⓐ Ông cũng rõ đấy, giá tiêu trên thị trường đã tăng rất nhiều.

선생님이 잘 아시다시피 시장상 후추 가격은 많이 늘었습니다.

Giá mà chúng tôi báo cho ông vẫn khá rẻ so với nơi khác.

우리가 제공하는 가격은 다른 데에 비해 상당히 쌉니다.

Ⓑ Tôi không đồng ý.

저는 동의하지 않습니다.

Giá của ông vẫn cao hơn giá chúng tôi có được từ nơi khác.

선생님의 가격은 우리가 다른 곳에서 얻은 것보다 높습니다.

Ⓐ Ông nên nghĩ đến chất lượng.

품질에 대해 좀 생각하십시오.

Chất lượng tiêu Việt Nam tốt hơn các nơi khác.

베트남 후추 품질은 다른 곳에 비해 좋습니다.

5 . Nhà sản xuất đang đàm phán với đối tác về giá tơ sợi(생산자
가 거래처와 견사 가격에 대해 의논하고 있다)

Ⓐ Ai cũng biết sản phẩm của chúng tôi chất lượng cao.
우리의 고품질 제품은 누구나 압니다.

Ⓑ Chúng tôi không phủ nhận điều đó.
우리는 그것을 부인하지 않습니다.
Nhưng ông cũng rõ đấy, còn có sự cạnh tranh của tơ
nhân tạo.
그러나 선생님이 잘 아시다시피 인조견사와의 경쟁도 있습니다.
Mấy năm gần đây giá tơ nhân tạo hầu như không có
biến động.
최근 몇 년 이래 인조견사 가격은 거의 변동이 없습니다.

Ⓐ Hầu như không có thứ nào có thể thay thế tơ tự
nhiên được, điều này ông cũng rõ.
자연 견사를 대체할 수 있는 것은 없습니다. 이것은 선생님 역시 잘
압니다.
Mặc dù giá tơ nhân tạo rẻ, nhưng nhu cầu đối với tơ
tự nhiên vẫn không ngừng tăng lên.
인조 견사 가격은 싸지만 자연 견사에 대한 수요가 끊임없이 증사
하고 있습니다.

Ⓑ Tuy nhiên nếu mua vào với giá này, thực sự chúng tôi
khó mà bán được.
그러나 이런 가격으로 구입하면 우리는 정말 판매하기 힘들 겁니다.

Ⓐ Nói thật, nếu không nghĩ đến mối quan hệ lâu ngày
giữa hai bên, chúng tôi đã không báo giá sàn như thế
này đâu.
솔직히 말하면 양쪽의 장기적인 관계를 고려하지 않으면 우리는 이렇
게 최저 가격을 제공하지 않았습니다.

B Thật không dễ thuyết phục khách hàng mua với giá này.

이런 가격으로 거래처한테 구입 설득하기 정말 쉽지 않을 겁니다.

Song chúng tôi sẽ thử một lần xem sao.

하지만 한번 해 보겠습니다.

PHẦN III. 새 단어 TỪ MỚI

1.	giá cao	가격이 높다
2.	cà phê	커피
3.	tăng nhiều	많이 증가하다
4.	khá hợp lý	상당히 합리적이다
5.	thị trường	시장
6.	khá thấp	상당히 낮다
7.	kết hợp	결합하다
8.	cạnh tranh khốc liệt	경쟁이 심하다
9.	trong thực tế	실제로
10.	bán phá giá	덤핑, 헐값 판매
11.	sức cạnh tranh	경쟁력
12.	khách hàng	손님
13.	khó chấp nhận	받아들이기 어렵다
14.	giao dịch	거래
15.	thành công	성공(하다)
16.	nhượng bộ	양보하다
17.	điều chỉnh	조정하다

18. số lượng đặt hàng	주문량
19. giảm	줄다, 할인하다
20. không thể hơn nữa	더 이상 못하다
21. tiêu	후추
22. giao hàng	납품(하다)
23. chất lượng cao	고품질
24. tơ nhân tạo	인조견
25. hầu như	거의
26. biến động	변동
27. thực sự	정말, 실로
28. quan hệ	관계
29. giá sàn	최저 가격
30. thuyết phục	설득하다

PHẦN IV. 문법과 해설
NGỮ PHÁP VÀ GIẢI THÍCH

1. Tôi không đồng ý về điểm này.

- 이 문장은 "나는 이 점에 대해 동의하지 않습니다."를 뜻하는데 보통 상담 중 상대방에게 자기 의견을 알려 주는 것에 사용한다. 이런 종류의 문장은 다음과 같다.

예 Tôi không tán thành ý kiến của anh.

나는 당신의 의견에 찬성하지 않습니다.

Tôi đồng ý với suy nghĩa của ông.

저는 선생님의 생각에 동의합니다.

Tôi tán thành quan điểm đó.

나는 그 관점에 찬성합니다.

2. Đã

- "Đã"는 동사 앞에서 사용되고 과거 시제를 표시한다.

㉖ Ấn Độ **đã** tham gia thị trường, giá của họ khá thấp.

인도는 시장에 참가했는데 그들의 가격은 상당히 낮습니다.

Chúng tôi **đã** ký hợp đồng với công ty đó vào sáng hôm nay.

우리는 오늘 오전에 그 회사와 계약서를 체결했어요.

- 과거 시간을 가리키는 말이 있으면 "đã"를 생략해도 된다.

㉖ Giám đốc đi công tác ở Hà Nội **hôm qua**.

사장님은 어제 하노이에 출장 가셨습니다.

Trưởng phòng về nước **cuối tuần trước**.

과장님은 지난 주말에 귀국하셨어요.

3. Đang

- "Đang"은 동사 앞에서 사용되는데 현재 진행을 표시하는 말이다.

㉖ Tuy nhiên hiện tại thị trường **đang** cạnh tranh rất khốc liệt.

그러나 현재 시장은 매우 심하게 경쟁 중이다.

Họ **đang** bán phá giá.

그들은 덤핑하고 있어요.

4. Sẽ

- "Sẽ"는 동사 앞에서 사용되고 미래 시제를 표시한다.

예 Nếu ông đặt hàng với số lượng lớn, chúng tôi **sẽ** giảm 2%.

대량으로 주문하시면 우리는 2% 할인해 두릴 겁니다.

Tôi **sẽ** làm việc đó ngay bây giờ.

그 일을 당장 할 거예요.

PHẦN V. 연습 LUYỆN TẬP

밑줄 친 부분을 바꿔 연습하시오.

1. Giá của phía anh cao hơn năm ngoái <u>mười phần trăm(10%)</u>.

    a. mười lăm phần trăm(15%)

    b. hai mươi phần trăm(20%)

    c. năm phần trăm(5%)

2. Anh biết đó, giá <u>hải sản</u> đã tăng từ tháng rồi.

    a. tôm

    b. mực

    c. cua

3. Giá thị trường quốc tế của sản phẩm này là <u>100 đô la Mỹ</u> một tấn.

a. 50 Euro, lít

b. 200 bảng Anh, ao-xơ(ounce)

c. 500 Franc, ki lô gam(kg)

4. Giá chị báo cao hơn <u>giá chúng tôi có được từ nơi khác</u>.

a. giá của phía Việt Nam

b. giá của bên Hàn Quốc

c. giá đối tác của chúng tôi

5. Giá của <u>Tập đoàn Sunny</u> tương đối hợp lý.

a. Công ty Gia Hân

b. Công ty Cổ phần Tịnh Tứ

c. Công ty Trách nhiệm Hữu hạn(TNHH) Xuân Thúy

6. Kết hợp với <u>chất lượng</u> mà xét, tôi cho rằng giá này là <u>hợp lý</u>.

a. thời điểm giao hàng, không cao

b. số lượng, phù hợ

c. chất lượng, phải chăng

7. <u>Có quốc gia</u> đang chào bán với giá tương đối thấp.

a. Hàn Quốc

b. Việt Nam

c. Nhật Bản

8. Về mặt chất lượng, <u>các thương hiệu khác</u> khó có thể cạnh tranh với chúng tôi.

a. các quốc gia khác

b. các khu vực khác

c. họ

9. Nếu ông đặt hàng với số lượng lớn, chúng tôi có thể giảm giá <u>năm phần trăm(5%)</u>.

a. hai phần trăm(2%)

b. mười phần trăm(10%)

c. một nửa

10. Chúng tôi chỉ có thể giảm giá <u>ba phần trăm(3%)</u>, không thể giảm hơn nữa.

a. hai <u>phần trăm(2%)</u>

b. <u>bốn phần trăm(4%)</u>

c. <u>năm phần trăm(5%)</u>

ĐẶT HÀNG
주문

1. Loại cà phê này ông định đặt bao nhiêu?

   이 종류의 커피는 얼마나 주문하려고 하십니까?

2. Chúng tôi định đặt 900 tấn.

   우리는 900톤을 주문하려고 합니다.

3. Năm rồi chúng tôi tiêu thụ được 800 tấn, năm nay khẳng định có thể tiêu thụ nhiều hơn.

   우리는 작년은 800톤을 판매했는데 올해는 더 많이 판매할 수 있다고 믿습니다.

4. Tôi hy vọng ông cung cấp tối thiểu 900 tấn.

   최소 900톤을 공급해 주시기 바랍니다.

5. Vì vậy trước mắt chúng tôi chỉ có thể cung ứng tối đa 600 tấn.

   그래서 일단 우리는 최대 600톤만 공급할 수 있습니다.

6. Nếu tôi không cung ứng đủ 8.000 hộp, khách hàng của tôi sẽ lấy hàng của nơi khác.

   8,000 박스를 공급하지 못하면 우리 거래처가 다른 곳에서 주문할 겁니다.

7. Năm nay lượng trà cung ứng không thể vượt quá 5.000

hộp.

올해 차 공급량은 5,000 박스 이상 못하겠습니다.

8. Trên thực tế, chúng tôi đã hết sức nỗ lực mới có thể cung ứng 5.000 hộp.

우리는 실제로 5,000 박스 공급할 수 있도록 최선을 해야 합니다.

9. Hy vọng lần sau phía ông có thể cung ứng nhiều hơn.

다음 번에 더 많이 공급해 주시기 바랍니다.

10. Nếu sang năm có thể tăng lượng cung ứng, chúng tôi nhất định nghĩ đến nhu cầu của phía ông.

내년의 공급량 증가 가능하면 우리는 반드시 선생님의 수요를 고려하겠습니다.

11. Nếu phía ông đặt mua 2.000 cái trở lên, chúng tôi sẽ giảm giá 2%.

2,000대 이상 주문하시면 우리는 2% 할인해 드릴 겁니다.

12. Thôi được, chúng tôi đặt 2.000 cái vậy.

그럼, 우리는 2,000대 주문하겠습니다.

13. Xin cảm ơn sự hợp tác của ông.

협조해 주셔서 감사합니다.

14. Đơn hàng tối thiểu đối với pin kiểu S05 là bao nhiêu?

S05 배터리의 최소 주문량이 얼마입니까?

15. Đơn hàng tối thiểu cho kiểu này là 1.000 cái.

이런 모델의 최소 주문량이 1,000개입니다.

16. Thật đáng tiếc, công ty vừa báo cho tôi biết.

아깝게도 회사가 금방 저한테 이렇게 알려 주었습니다.

17. Do tình hình thị trường trong nước có biến động mạnh,

chúng tôi phải hủy đơn hàng của mẫu 111 mà ông đã bàn.

국내 시장의 심한 변동 때문에 우리는 의논한 모델 111에 대한 주문량을 어쩔수없이 취소해야 됩니다.

18. Còn mẫu khác thì sao?

다른 모델은요?

19. Mẫu 508 chúng tôi đã lấy thêm được hàng.

모델 508은 우리가 좀 더 받을 수 있었습니다.

20. Vì vậy số lượng mà chúng ta đã bàn bạc không có gì thay đổi.

그러니까 우리가 의논한 수량은 변경이 없습니다.

21. Sắp tới giá dầu thực vật sẽ tăng mạnh.

앞으로 식물 식용유의 가격은 많이 늘 겁니다.

22. Tình hình cung ứng loại hàng này có khả quan hơn.

이런 상품의 공급 가능성이 더 좋습니다.

23. Nếu ông đặt hàng loại này, chúng tôi có thể cung ứng theo yêu cầu của ông.

이런 종류의 상품을 주문하시면 우리는 선생님의 요구에 따라 공급할 수 있습니다.

24. Chúng tôi không thích hàng đóng chai vì giá cả cao hơn hàng thùng.

우리는 병에 담은 것을 싫어합니다. 그 이유는 통에 채우는 것보다 가격이 더 비쌉니다.

25. Trước mắt chúng tôi không có hàng thùng với số lượng lớn.

앞으로 우리는 통에 채우는 것을 대량으로 공급할 수 없습니다.

PHẦN II. 회화 HỘI THOẠI  

1. Khách hàng định đặt 900 tấn cà phê nhưng nhà cung cấp chỉ có thể cung cấp 600 tấn.(거래처는 900톤 커피를 주문하려고 하지만 공급자는 600톤만 공급할 수 있다)

A Loại cà phê này ông định đặt bao nhiêu?

이 종류의 커피는 얼마나 주문하려고 하십니까?

B Chúng tôi định đặt 900 tấn.

우리는 900톤을 주문하려고 합니다.

A Xin lỗi, chúng tôi chỉ có thể cung cấp 600 tấn.

죄송하지만 우리는 600톤만 공급할 수 있습니다.

B Như thế là quá ít.

그러면 너무 적습니다.

Năm rồi chúng tôi tiêu thụ được 800 tấn, năm nay khẳng định có thể tiêu thụ nhiều hơn.

우리는 작년은 800톤을 판매했는데 올해는 더 많이 판매할 수 있다고 믿습니다.

Tôi hy vọng ông cung cấp tối thiểu 900 tấn.

최소 900톤을 공급해 주시기 바랍니다.

A Nhu cầu trong ngoài nước gia tăng nhanh chóng, sản xuất của chúng tôi không theo kịp nhu cầu.

국내외 수요가 급격히 증가하기 때문에 우리의 생산은 수요에 따르지 못합니다.

Vì vậy trước mắt chúng tôi chỉ có thể cung ứng tối đa 600 tấn.

그래서 일단 우리는 최대 600톤만 공급할 수 있습니다.

2. Khách hàng đặt 8.000 hộp trà nhưng nhà cung cấp chỉ có thể cung cấp 5.000 hộp(거래처는 차 8000 박스를 주문하지만 공급자가 5000박스만 공급할 수 있습니다)

  Ⓐ Nếu tôi không cung ứng đủ 8.000 hộp, khách hàng của tôi sẽ lấy hàng của nơi khác.

  8,000 박스를 공급하지 못하면 우리 거래처가 다른 곳에서 주문할 겁니다.

  Ⓑ Thật đáng tiếc, năm nay lượng trà cung ứng không thể vượt quá 5.000 hộp.

  안타깝지만 올해 차 공급량은 5,000 박스 이상 못하겠습니다.

  Trên thực tế, chúng tôi phải hết sức nỗ lực mới có thể cung ứng 5.000 hộp.

  우리는 실제로 5,000 박스 공급할 수 있도록 최선을 해야 합니다.

  Ⓐ Hy vọng lần sau phía ông có thể cung ứng nhiều hơn một chút.

  다음 번에 더 많이 공급해 주시기 바랍니다.

  Ⓑ Nếu sang năm có thể tăng lượng cung ứng, chúng tôi nhất định nghĩ đến nhu cầu của phía ông.

  내년의 공급량 증가 가능하면 우리는 반드시 선생님의 요구를 고려하겠습니다.

3. Khách hàng đặt mua 2000 máy vi tính xách tay hiệu Sunny(거래처는 선니 노트북 2000대를 주문한다)

  Ⓐ Thế này đi, nếu ông đặt mua 2000 cái trở lên, chúng tôi sẽ giảm giá 2%.

  이렇게 합시다. 2,000대 이상 주문하시면 우리는 2% 할인해 드릴 겁니다.

Ⓑ Thôi được, chúng tôi đặt 2000 cái vậy.

그럼, 우리는 2,000대 주문하겠습니다.

Ⓐ Tôi xin lặp lại, 2000 cái máy vi tính xách tay hiệu "Sunny", quy cách theo catalogue, giá mỗi cái 800 đô la giá CIF Sài Gòn.

다시 말해 2000대 선니 노트북 컴퓨터, 규격은 카탈록에 따르고 가격은 한 대에 CIF 사이공 800달러입니다.

Ⓑ Tốt lắm. Xin cảm ơn sự hợp tác của ông.

좋습니다. 협조해 주셔서 감사합니다.

Thưa giám đốc Jeon, đơn hàng tối thiểu đối với pin kiểu S05 là bao nhiêu?

전 사장님, S05 배터리의 최소 주문량이 얼마입니까?

Ⓐ Đơn hàng tối thiểu cho kiểu này là 1000 cái.

이런 모델의 최소 주문량이 1,000개입니다.

4. Nhà cung cấp báo cho ông Nam biết không thể đáp ứng đầy đủ các model trong đơn hàng(공급자가 미스터 남한테 주문량의 각 모델을 충분히 공급할 수 없다고 알려 주었다)

Ⓐ Ông Nam, thật đáng tiếc, công ty vừa báo cho tôi biết.

미스터 남, 아깝게도 회사가 금방 저한테 이렇게 알려 주었습니다.

Do tình hình thị trường trong nước có biến động mạnh, chúng tôi phải hủy đơn hàng của mẫu 111 mà hôm qua đã bàn.

국내 시장의 심한 변동 때문에 우리는 어제 의논한 모델111에 대한 주문량을 어쩔수없이 취소해야 합니다.

Ⓑ Ôi, thế à?

그렇습니까?

Còn mẫu khác thì sao?

다른 모델은요?

Có gì thay đổi không?

변경이 있습니까?

Ⓐ Mẫu 508 chúng tôi đã lấy thêm được hàng.

모델 508은 우리가 좀 더 받을 수 있었습니다.

Vì vậy số lượng mà chúng ta đã bàn bạc không có gì thay đổi.

그러니까 우리가 의논한 수량은 변경이 없습니다.

Ⓑ Cám ơn ông.

감사합니다.

5. Nhà cung cấp thuyết phục khách hàng lấy hàng đóng chai(공급자가 거래처한테 병에 담은 것에 대해 설득한다)

Ⓐ Ông biết đấy, sắp tới giá dầu thực vật sẽ tăng mạnh.

선생님이 아시다시피 앞으로 식물 식용유 가격은 많이 늘 겁니다.

Nhu cầu của khách hàng tại các khu vực trên thế giới là rất lớn.

세계 각 지역의 거래처의 수요는 아주 큽니다.

Gần đây xảy ra khủng hoảng tiền tệ nhưng giá thị trường không hề giảm.

요즘 금융 위기가 생겼지만 시장 가격은 내리지 않습니다.

Vì vậy thật không dễ dàng cung ứng đơn hàng lớn vào thời điểm này.

그래서 이런 시점에는 대량으로 공급하기가 쉽지 않습니다.

Ⓑ Như vậy, số lượng mà chúng tôi cần không có cách nào đáp ứng?

그러면 우리가 필요한 양은 공급할 수 없단 말입니까?

Ⓐ Chắc ông cũng còn nhớ tôi từng đề xuất với ông về hàng đóng chai.

아마 아직 기억하시는 것 같은데 저는 병에 담은 것을 제안했습니다.

Tình hình cung ứng loại hàng này có khả quan hơn.

이런 상품의 공급 가능성이 더 좋습니다.

Nếu ông đặt hàng loại này, chúng tôi có thể cung ứng theo yêu cầu của ông.

이런 종류의 상품을 주문하시면 우리는 선생님의 요구에 따라 공급할 수 있습니다.

Ⓑ Chúng tôi không thích hàng đóng chai vì giá cả cao hơn hàng thùng.

우리는 병에 담은 것을 싫어하는 이유는 통에 채우는 것보다 가격이 더 비쌉니다.

Ⓐ Trước mắt chúng tôi không có hàng thùng với số lượng lớn.

앞으로 우리는 통에 채우는 것을 대량으로 공급할 수 없습니다.

Căn cứ theo tình tình hiện tại, chúng tôi chỉ có thể cung ứng 100 tấn hàng thùng theo giá đã báo hôm qua.

현재 상황에 근거하면 우리는 어제 알려 준 가격대로 100톤만 공급할 수 있습니다.

Nếu ông có thể thuyết phục khách hàng chấp nhận hàng đóng chai, chúng tôi có thể cung ứng nhiều một chút.

거래처한테 병에 담은 것을 설득하실 수 있으면 우리는 좀 더 많이 공급할 수 있습니다.

PHẦN III. 새 단어 TỪ MỚI

1.	đặt/đặt hàng	주문하다
2.	cung cấp/cung ứng	공급하다
3.	lượng giao dịch	거래량
4.	trong ngoài nước	국내외
5.	nhu cầu	수요, 수요량
6.	đáng tiếc	아깝다, 아깝게도
7.	trà	차
8.	vượt quá	초과하다
9.	tăng lượng cung ứng	공급량 증가
10.	giảm giá	할인(하다)
11.	lặp lại	다시 말하다
12.	máy vi tính xách tay	노트북 컴퓨터
13.	hiệu	상표, 브랜드
14.	đơn hàng tối thiểu	최소 주문
15.	pin	배터리, 전지
16.	báo	알리다, 알려 주다, 통지하다
17.	tình hình	정세, 상황
18.	thị trường trong nước	국내 시장
19.	hủy đơn hàng	주문을 취소하다
20.	bàn/bàn bạc	의논하다
21.	dầu thực vật	식물유
22.	tăng mạnh	폭증하다
23.	căng thẳng	긴장하다
24.	khu vực	구역, 지역
25.	thế giới	세계

26. khủng hoảng tiền tệ	통화 위기
27. kiến nghị	제안하다
28. đóng chai	병에 담은, 병에 든
29. khả quan	가망이 있다
30. thùng	버킷, 물통

PHẦN IV. 문법과 해설
NGỮ PHÁP VÀ GIẢI THÍCH

1. định

- "định"은 동사 앞에서 사용되고 의미와 용법은 한국말의 "-(으)려고 하다"와 비슷하다.

- 예) Loại cà phê này ông **định** đặt bao nhiêu?

  이 종류의 커피는 얼마나 주문하려고 하십니까?

  Chúng tôi **định** đặt 900 tấn.

  우리는 900톤을 주문하려고 합니다.

  Tôi **định** đi công tác nước ngoài vào đầu tuần sau.

  나는 다음주 초에 외국 출장 가려고 해요.

2. tối thiểu, tối đa

- 이런 말은 무역 상담에 많이 사용하는 편이다. "tối thiểu"는 "최소"이고 "tối đa"는 "최대"이다.

- 예) Tôi hy vọng ông cung cấp **tối thiểu** 900 tấn.

  최소 900톤을 공급하시기 바랍니다.

Trước mắt chúng tôi chỉ có thể cung ứng **tối đa** 600 tấn.

일단 우리는 최대 600톤만 공급할 수 있습니다.

- "Tối thiểu" và "tối đa" 의 비슷한 말은 "ít nhất" 와 "nhiều nhất" 이다.

Ít nhất anh phải đặt 500 cái.

최소 500개를 주문해야 해요.

Một ngày có thể bán **nhiều nhất** là 50 chiếc.

하루에 최대 50대를 팔 수 있어요.

3. Xin cảm ơn sự hợp tác của ông.

- 이 문장은 "협조해 주셔서 감사합니다."라는 의미를 갖는다. 상대방에게 감사의 마음을 표하고 싶을 때 사용하는 존댓말이다. 비슷한 표현은 다음과 같다.

㉐ Xin cảm ơn ý kiến đóng góp của ông.

의견을 나눠 주셔서 감사합니다.

Xin cảm ơn hảo ý của ngài.

선생님의 호의에 감사합니다.

4. Còn … thì sao?

- "Còn … thì sao?" 의 용법은 한국말의 "그리고 …는요/은요?"와 비슷하다.

㉐ Còn mẫu khác **thì sao**?

그리고 다른 모델은요?

Còn chất lượng hàng hóa **thì sao**?

그리고 상품의 품질은요?

PHẦN V. 연습 LUYỆN TẬP

밑줄 친 부분을 바꿔 연습하시오.

1. Ông <u>muốn</u> đặt bao nhiêu sản phẩm này?

   a. định

   b. dự tính

   c. chuẩn bị

2. Chúng tôi định đặt <u>năm trăm(500) hộp</u>.

   a. một trăm(100) lố

   b. hai trăm(200) thùng

   c. ba trăm(300) bao

3. Chúng tôi chỉ có thể cung ứng <u>bốn trăm(400) hộp</u>.

   a. hai ngàn(2000) chai

   b. một nghìn(1000) gói

   c. bốn trăm(400) kiện

4. Hy vọng lần sau phía anh có thể cung ứng <u>sản phẩm này</u> nhiều hơn.

   a. bia lon

   b. áo sơ mi

   c. giày thể thao

5. Nếu bên ông đặt <u>năm nghìn(5000)</u> cái trở lên, chúng tôi sẽ giảm <u>giá năm phần trăm(5%)</u>.

    a. năm trăm(400) chiếc, ba phần trăm(3%)

    b. hai ngàn(2000) cây, bốn phần trăm(4%)

    c. ba ngàn(3000) thỏi, hai phần trăm(2%)

6. Đơn hàng tối thiểu đối với <u>sản phẩm này</u> là bao nhiêu tấn?

    a. cao su

    b. cà phê

    c. tiêu

7. Đơn hàng tối thiểu đối với sản phẩm này là <u>năm trăm(500) hộp</u>.

    a. mười(10) tấn

    b. tám trăm(800) kí(kg)

    c. hai ngàn(2000) cái

8. Do <u>biến động của thị trường</u>, chúng tôi dự tính <u>hủy</u> đơn hàng này.

    a. yêu cầu từ phía công ty, tăng

    b. thiếu vốn nhập khẩu, giảm

    c. nhu cầu của khách hàng giảm, không đặt

9. Chúng tôi <u>đặt thêm</u> một trăm(100) <u>mã sản phẩm này</u>.

    a. giảm, mã H-0306

    b. nhập thêm, mã T-1809

    c. mua thêm, mã S-0210

10. Tôi kiến nghị ông giảm đơn hàng xuống <u>phân nửa</u>, được chứ?

    a. năm ngàn(5000) cái

    b. sáu mươi(60) tấn

    c. tám trăm(800) kg

CHIẾT KHẤU
할인

PHẦN I. 문장 CÂU  

---

1. Số lượng hàng chúng tôi đặt lần này không ít đúng không?

   우리의 이번 주문량은 적지 않지요?

2. Thương nhân Hàn Quốc mỗi lần đặt đến năm mươi ngàn bao.

   한국 비즈니스맨은 한 번에 50,000 자루까지 주문하는데요.

3. Mười ngàn bao tính ra không ít đâu.

   10,000 자루는 적지 않는데요.

4. Mua nhiều hàng thế này, thông thường anh chiết khấu bao nhiêu?

   이렇게 많이 구입하는데 보통 얼마나 할인해 주실까요?

5. Đối với hàng bông, chúng tôi thường không chiết khấu.

   면화에 대해서는 보통 우리가 할인해 주지 않습니다.

6. Anh nghĩ thế nào về mức chiết khấu?

   할인율은 어떻게 생각하십니까?

7. Khi mua hàng nhiều như thế này ở nơi khác, người ta thường chiết khấu cho chúng tôi từ 2 đến 3%.

다른 데에서 이렇게 많이 구입하면 그들은 보통 우리한테 2-3% 할인해 줍니다.

8. Chúng tôi thường được chiết khấu 3% từ các nhà xuất khẩu châu Âu.

보통 우리는 유럽 수출업자한테서 3% 할인을 받습니다.

9. Theo nguyên tắc, chúng tôi không chiết khấu.

원칙대로는 우리가 할인하지 않습니다.

10. Vì vậy lần này chúng tôi không thể chiết khấu được.

그러니까 우리는 이번에 할인해 드릴 수 없습니다.

11. Mua một ngàn cái, thông thường chúng tôi chỉ chiết khấu 1%.

1,000대 구입하시면 보통 우리가 1%만 할인해 줍니다.

12. Nếu đặt hàng nhiều như thế này, phía Nhật thường chiết khấu 2%.

이렇게 많이 주문하면 일본쪽은 보통 2% 할인해 줍니다.

13. Giá chúng tôi báo là giá thấp nhất rồi, không thể chiết khấu thêm nữa.

우리가 제공하는 가격은 최저 가격이기 때문에 더 이상 할인해 드릴 수 없습니다.

14. Chúng tôi cho rằng tối thiểu phải chiết khấu 2%.

최소 2% 할인해 주셔야 한다고 생각합니다.

15. Thôi được, chúng tôi đành phá lệ chiết khấu cho ông 2%.

그래요, 우리는 통례와 다르게 2% 할인해 드립니다.

16. Loại gạch này giá vẫn hơi cao.

이런 종류의 벽돌은 가격이 아직 좀 높습니다.

17. Nếu anh đồng ý chiết khấu 5%, chúng tôi có thể ký hợp đồng ngay.

5% 할인 동의하시면 우리는 당장 계약 체결할 수 있습니다.

18. Điều này còn phải xem lượng hàng anh đặt.

이것은 주문하실 수량을 봐야 합니다.

19. Chiết khấu 3% chẳng phải hơi ít đó sao.

3% 할인해 주시면 좀 적지 않아요?

20. Nếu anh đặt thêm 10.000 viên, chúng tôi đồng ý chiết khấu 5%.

10,000장 더 주문하시면 5% 할인해 드리겠습니다.

21. Chúng tôi muốn thương lượng một tí về vấn đề chiết khấu.

우리는 할인에 대해 좀 논의하고 싶습니다.

22. Anh định chiết khấu bao nhiêu cho lô hàng cao su này?

이번 고무 주문에 얼나나 할인해 주시려고 합니까?

23. Số lượng anh đặt lần này không nhiều, cho nên chúng tôi chỉ có thể chiết khấu 1%.

이번 주문량은 많지 않아서 우리는 1%만 할인해 드릴 수 있습니다.

24. Cao su là mặt hàng mới của phía anh, để thâm nhập thị trường, anh phải chiết khấu thêm chứ.

고무는 선생님 쪽의 신제품입니다. 시장에 진출하기 위해서 좀 더 할인 주셔야 합니다.

25. Yêu cầu của anh cũng hợp lý.

선생님의 요구도 합리적입니다.

PHẦN II. 회화 HỘI THOẠI  

1. Khách hàng và anh Trung đang bàn về việc chiết khấu cho lô hàng bông(거래처와 미스터 쭝은 면화 주문의 할인에 대해 의논하고 있다)

A Anh Trung, số lượng hàng chúng tôi đặt lần này không ít đúng không?

미스터 쭝, 우리의 이번 주문량은 적지 않지요?

B Mười ngàn bao không phải là nhiều.

10,000 자루는 많지 않은데요.

Thương nhân Hàn Quốc mỗi lần đặt đến năm mươi ngàn bao.

한국 비즈니스맨은 한 번에 50,000 자루까지 주문합니다.

A Anh đừng nói đùa.

농담하지 마십시오.

Mười ngàn bao tính ra không ít đâu.

10,000 자루는 적지 않는데요.

Mua nhiều hàng thế này, thông thường anh chiết khấu bao nhiêu?

이렇게 많이 구입하는데 보통 얼마나 할인해 주실까요?

B Đối với hàng bông, chúng tôi thường không chiết khấu.

면화에 대해서는 보통 우리가 할인해 주지 않습니다.

2. Khách hàng đề nghị anh Vinh chiết khấu nhưng không được.(거래처는 미스터 빙한테 할인해 달라고 했는데 안 된다)

Ⓐ Anh Vinh, anh nghĩ thế nào về mức chiết khấu?

미스터 빙, 할인율은 어떻게 생각하십니까?

Khi mua hàng nhiều như thế này ở nơi khác, người ta thường chiết khấu cho tôi từ 2 đến 3%.

다른 데에서 이렇게 많이 구입하면 그들은 보통 우리한테 2-3% 할인해 줍니다.

Ⓑ Hàng anh đặt đều là các mặt hàng bán chạy, vả lại chúng tôi cũng đã báo giá rất ưu đãi rồi.

주문하시는 상품은 잘 팔리는 것인데다가 우리는 우대적인 가격을 제공했습니다.

Xin lỗi chúng tôi không thể chiết khấu được.

죄송하지만 우리는 할인해 드릴 수 없습니다.

Ⓐ Chúng tôi thường được chiết khấu 3% từ các nhà xuất khẩu châu Âu.

보통 우리는 유럽 수출업자한테서 3% 할인을 받습니다.

Chúng tôi mua hàng nhiều thế này, chiết khấu ít nhiều cũng phải có chứ.

우리는 이렇게 많이 구입하면 할인이 다소 있어야지요.

Ⓑ Theo nguyên tắc, chúng tôi không chiết khấu.

원칙대로는 우리가 할인하지 않습니다.

Chúng tôi đã báo giá thấp nhất.

우리는 최저 가격을 제공했습니다.

Vì vậy lần này không thể chiết khấu được.

그러니까 이번에 할인해 드릴 수 없습니다.

Mong anh thông cảm.

이해해 주십시오.

Ⓐ Thật là đáng tiếc.

정말 아깝습니다.

3. Giám đốc Lee đồng ý chiết khấu với mức 2% cho khách hàng(이 사장은 거래처한테 2% 할인 동의한다)

Ⓐ Ông Lee, chúng tôi đã đặt một ngàn cái TV LCD loại này.

이 사장님, 우리는 이런 종류의 LCD 텔레비전 1000 대를 주문했는데요.

Ông nghĩ sao về việc chiết khấu?

할인에 대해 어떻게 생각하십니까?

Ⓑ Mua một ngàn cái, thông thường chúng tôi chỉ chiết khấu 1%.

1,000대 구입하시면 보통 우리가 1%만 할인해 줍니다.

Ⓐ Nếu đặt hàng nhiều như thế này, phía Nhật thường chiết khấu 2%.

이렇게 많이 주문하면 일본쪽은 보통 2% 할인해 줍니다.

Ⓑ Giá chúng tôi báo là giá thấp nhất rồi, không thể chiết khấu thêm nữa.

우리가 제공하는 가격은 최저 가격이기 때문에 더 이상 할인해 드릴 수 없습니다.

Ⓐ Chúng tôi cho rằng tối thiểu phải chiết khấu 2%.

최소 2% 할인해 주셔야 한다고 생각합니다.

Nếu không được, chúng tôi đành mua hàng nơi khác vậy.

안 된다면 우리는 다른 데에서 구입하겠습니다.

Ⓑ Thôi được, chúng tôi đành phá lệ chiết khấu cho ông

2%.

그래요, 우리는 통례와 다르게 2% 할인해 드립니다.

4. Anh Tuấn đồng ý chiết khấu 5% nếu khách hàng đặt thêm 5.000 viên gạch(거래처가 벽돌 5,000 장을 더 주문하시면 미스터 뚜언은 5% 할인 동의할 것이다)

Ⓐ Anh Tuấn, loại gạch này giá vẫn hơi cao.

미스터 뚜언, 이런 종류의 벽돌은 가격이 아직 좀 높습니다.

Tuy nhiên, nếu anh đồng ý chiết khấu 5%, chúng tôi có thể ký hợp đồng ngay.

5% 할인 동의하시면 우리는 당장 계약 체결할 수 있습니다.

Ⓑ Điều này còn phải xem lượng hàng anh đặt.

이것은 주문하실 수량을 봐야 합니다.

Ⓐ Chúng tôi đặt 50.000 viên.

우리는 50,000 장을 주문합니다.

Ⓑ Đặt 50.000 viên, chúng tôi thường chỉ chiết khấu 3%.

50,000 장을 주문하시면 우리는 보통 3%만 할인해 드립니다.

Ⓐ Chiết khấu 3% chẳng phải hơi ít đó sao?

3% 할인해 주시면 좀 적지 않아요?

Ⓑ Nếu anh đặt thêm 5.000 viên, chúng tôi sẽ chiết khấu 5%.

5,000장 더 주문하시면 5% 할인해 드리겠습니다.

Ⓐ Vâng, chúng tôi sẽ đặt thêm 5.000 viên.

㉚ 5,000 장 더 주문하겠습니다.

5. Anh Tú đồng ý tăng thêm 1% chiết khấu cho khách hàng(미
스터 뚜는 거래처한테 1%의 할인 증가 동의한다)

Ⓐ Anh Tú, chúng tôi muốn thương lượng thêm một tí về
chiết khấu.

미스터 뚜, 우리는 할인에 대해 좀 더 논의하고 싶습니다.

Ⓑ Được.

좋습니다.

Ⓐ Anh định chiết khấu bao nhiêu cho lô hàng cao su
này?

이번 고무 주문에 얼마나 할인해 주시려고 합니까?

Ⓑ Số lượng anh đặt lần này không nhiều, cho nên
chúng tôi chỉ có thể chiết khấu 1%.

이번 주문량은 많지 않아서 우리는 1%만 할인해 드릴 수 있습니다.

Ⓐ Cao su là mặt hàng mới của phía anh, để thâm nhập
thị trường, anh phải chiết khấu thêm chứ.

고무는 선생님 쪽의 신제품입니다. 시장에 진출하기 위해서 좀 더
할인주셔야 합니다.

Ⓑ Yêu cầu của anh cũng hợp lý.

선생님의 요구도 합리적입니다.

Thế này đi, nghĩ đến điểm này, chúng tôi đồng ý chiết
khấu thêm 1% vậy.

이렇게 합시다. 이런 점에 대해 생각하면 우리는 추가 1%의 할인 동
의합니다.

Ⓐ Vậy tức là 2% chiết khấu?

그러면 2%의 할인이지요?

Ⓑ Đúng vậy.

맞습니다.

Ⓐ Cám ơn anh.

감사합니다.

PHẦN III. 새 단어 TỪ MỚI

1. bao — 자루
2. thương nhân — 상인, 무역업자
3. nói đùa — 농담하다
4. thông thường — 보통
5. chiết khấu — 할인(하다)
6. bông — 솜, 면화
7. hàng bán chạy — 잘 팔리는 상품
8. ưu đãi — 우대(하다)
9. nhà xuất khẩu — 수출업자
10. châu Âu — 유럽
11. ít nhiều — 다소
12. nguyên tắc — 원칙
13. nhượng bộ — 양보하다
14. thông cảm — 이해해 주다
15. đáng tiếc — 아깝다
16. Nhật/Nhật Bản — 일본
17. phá lệ — 통례와 다르게
18. gạch — 벽돌
19. ký hợp đồng — 계약을 체결하다
20. ngay — 당장, 바로, 즉각
21. đồng ý — 동의하다
22. chấp nhận — 받아들이다
23. thương lượng — 상담하다
24. vấn đề — 문제
25. cao su — 고무

26. hàng mới　　　　　　　신제품

27. thâm nhập thị trường　　시장 진출

<table>
<tr><td>**PHẦN IV.**</td><td>**문법과 해설**
NGỮ PHÁP VÀ GIẢI THÍCH</td></tr>
</table>

1. Vì vậy

- "Vì vậy"는 보통 문장 앞에서 사용되고 의미는 한국말의 "그래서, 그러니까, 그렇기 때문에"와 비슷하다.

예 **Vì vậy** lần này chúng tôi không thể chiết khấu được.

　그러니까 우리는 이번에 할인할 수 없다.

　Vì vậy anh nên báo cáo với giám đốc.

　그래서 당신은 사장님께 보고하면 좋겠다.

- "Vì vậy"와 비슷한 말은 "vì thế"이다.

예 **Vì thế** chúng ta phải khởi hành sớm.

　그렇기 때문에 우리가 일찍 출발해야 해요.

　Vì thế anh đừng làm như vậy.

　그러니까 당신은 그렇게 하지 마세요.

2. Nếu

- "Nếu"는 문장 앞에서 사용되고 용법은 한국말의 "(으)면"와 차이가 없다.

예 **Nếu** đặt hàng nhiều như thế này, phía Nhật thường

chiết khấu 2%.

이렇게 많이 주문하면 일본쪽은 보통 2% 할인해 줍니다.

Nếu anh đồng ý chiết khấu 5%, chúng tôi có thể ký hợp đồng ngay.

5% 할인 동의하시면 우리는 당장 계약 체결할 수 있습니다.

3. Thôi được

- "Thôi được"는 보통 어쩔수없이 동의하거나 받아들이는 표현이다.
- (예) **Thôi được**, chúng tôi đành phá lệ chiết khấu cho ông 2%.

  그래요, 우리는 통례와 다르게 2% 할인해 드립니다.

  Thôi được, chúng tôi đành nhượng bộ vậy.

  그래요, 우리가 양보할 수 밖에 없다.

4. Hơi

- "Hơi"는 형용사 앞에서 사용되는데 뜻은 한국어의 "좀"과 비슷하다.
- (예) Chiết khấu 3% chẳng phải **hơi** ít đó sao?

  3% 할인하면 좀 적지 않아요?

  Giá sản phẩm này **hơi** đắt.

  이 상품의 가격은 좀 비싸요.

PHẦN V. 연습 LUYỆN TẬP

밑줄 친 부분을 바꿔 연습하시오.

1. Tôi muốn <u>thương lượng</u> với ông về vấn đề chiết khấu.

   a. thảo luận
   b. đàm phán
   c. bàn bạc

2. Nếu mua nhiều hàng như thế này từ <u>nơi khác</u>, người ta thường chiết khấu năm phần trăm(5%).

   a. Hàn Quốc
   b. Việt Nam
   c. Tập đoàn Sunny

3. Thông thường chúng tôi không chiết khấu đối với <u>sản phẩm này</u>.

   a. linh kiện máy vi tính
   b. phụ tùng thiết bị
   c. phụ liệu may mặc

4. Mua <u>một trăm(100) cái</u>, chúng tôi thường chỉ chiết khấu <u>một phần trăm(1%)</u>.

   a. năm trăm(500) chiếc, hai phần trăm(2%)
   b. sáu trăm(600) bộ, bốn phần trăm(4%)
   c. chín trăm(900) cây, ba phần trăm(3%)

5. Chúng tôi thường được chiết khấu ba phần trăm(3%) từ các nhà xuất khẩu <u>Việt Nam</u>.

   a. Hàn Quốc

   b. Thái Lan

   c. Đài Loan

6. Chúng tôi cho rằng tối thiểu phải chiết khấu <u>hai phần trăm (2%)</u>.

   a. bốn phần trăm (4%)

   b. ba phần trăm (3%)

   c. năm phần trăm (5%)

7. Chiết khấu năm phần trăm(5%) chẳng phải <u>hơi ít</u> đó sao.

   a. quá ít

   b. quá nhiều

   c. khá nhiều

8. Chiết khấu ba phần trăm(3%) là <u>phá lệ</u> rồi đó.

   a. ngoại lệ

   b. có chiếu cố

   c. nhiều lắm

9. Nếu anh đặt mua <u>chín trăm cái</u>, chúng tôi đồng ý chiết khấu năm phần trăm(5%).

   a. năm trăm tấn

   b. hai ngàn chiếc

c. năm nghìn hộp

10. Xét thấy <u>đây là hàng mới</u>, chúng tôi tăng một phần trăm (1%) chiết khấu.

a. đó là lúc thấp điểm

b. đây là hàng theo mùa

c. số lượng đơn hàng của anh khá lớn

HOA HỒNG
커미션(수수료)

1. Chúng tôi thường nhận được từ 3% đến 5% hoa hồng từ các nhà cung ứng châu Âu.

   보통 우리는 유럽 공급자로부터 3%부터 5%까지의 커미션을 받을 수 있다.

2. Phía chúng tôi thường không cho hoa hồng.

   우리 쪽은 보통 커미션을 주지 않습니다.

3. Chúng tôi hoạt động thương mại nhờ hoa hồng.

   우리는 커미션으로 무역 활동을 진행하고 있습니다.

4. Thực ra dành cho khách hàng 2% hoặc 3% hoa hồng là thông lệ mà.

   사실은 거래처한테 2%나 3% 커미션 주는 것은 관례입니다.

5. Khi ông đặt hàng, chúng ta sẽ thảo luận thêm về vấn đề hoa hồng.

   주문하실 때, 커미션 문제에 대해 좀 더 의논합시다.

6. Thông thường chúng tôi nhận được 10% hoa hồng từ giá trị mỗi lô hàng.

   보통 우리는 한번 주문 가격에서 10% 커미션을 받을 수 있습니다.

7. Đối với đại lý, chúng tôi thường chỉ cho hoa hồng từ 3% đến 5%.

대리점은 보통 우리가 3%부터 5%까지의 커미션만 줍니다.

8. Để xúc tiến bán hàng của anh, và để giành thị phần từ các sản phẩm cùng loại của nước khác, chúng tôi phải thuê nhân viên tiếp thị.

선생님의 상품 판촉 또는 다른 나라 같은 종류 상품의 시장 점유율을 높이기 위해서 우리는 판촉 직원을 고용해야 합니다.

9. Giá của phía tôi được tính theo giá thành, 10% hoa hồng đồng nghĩa với việc tăng giá.

우리 쪽의 가격은 원가대로 계산되는데 10% 커미션은 가격 인상을 의미한다.

10. Chúng tôi chỉ có thể dành cho anh 5% hoa hồng trên mỗi lô hàng.

우리는 선생님한테 한번의 주문에 5% 커미션만 드릴 수 있습니다.

11. Đại lý chúng tôi rất quan tâm đến vấn đề hoa hồng.

우리 대리점은 커미션 문제에 대해 관심을 많이 갖고 있습니다.

12. Không biết công ty anh quy định như thế nào về vấn đề này.

이런 문제에 대해서는 당신의 회사에서 어떻게 규정하는지 몰라요.

13. Không cho hoa hồng không phù hợp với tập quán thương mại quốc tế.

14. Chúng tôi thường có được từ 4% đến 5% hoa hồng từ các nhà cung cấp khác.

우리는 보통 다른 공급자한테서 4%-5% 커미션을 받을 수 있습니다.

15. Chúng tôi đã nhượng bộ về mặt giá cả, cho nên không
    thể cho hoa hồng nữa.
    우리는 가격에 대해 양보했기 때문에 커미션을 드릴 수 없습니다.

16. Phải có hoa hồng cho đại lý chứ.
    대리점에 커미션을 주셔야 하지요.

17. Tuy nhiên nghĩ đến số lượng đặt hàng của anh khá lớn,
    chúng tôi để 1% hoa hồng, anh thấy thế nào?
    그렇지만 선생님의 주문량이 상당히 많다고 생각하기 때문에 우리는 1%
    커미션을 드릴 겁니다. 어떻습니까?

18. Mua nhiều hàng như thế này từ Nhật Bản, chúng tôi luôn
    nhận được 3% hoa hồng.
    일본에서 이렇게 많이 구입하면 우리는 언제나 3% 커미션을 받을 수 있
    습니다.

19. Vậy chúng tôi phá lệ cho 2%, không thể cao hơn nữa.
    그러면 우리가 통례와 다르게 2% 드릴 겁니다. 더 이상 드리지 못하겠습
    니다.

20. Thẳng thắn mà nói, 2% hoa hồng thực sự đã là ngoại lệ.
    솔직히 말하면 2% 커미션은 정말 관례상 없는 일입니다.

21. Chúng tôi đặt 1.000 tấm thảm Vĩnh Long, anh chỉ cho 2%
    hoa hồng, không phải hơi ít đó sao?
    1,000장의 빙롱 양탄자를 주문하는데 2% 커미션만 주시면 좀 적지 않습
    니까?

22. Đây là mặt hàng bán chạy, giá báo cũng thấp nhất rồi, cho
    nên không thể tăng thêm hoa hồng được.
    이것은 잘 팔리는 상품이고 최저 가격까지 제공했기 때문에 커미션을 더
    드릴 수 없습니다.

23. Nếu anh tăng số lượng đơn hàng, chúng tôi có thể xem xét tăng thêm đôi chút.

주문량을 추가하시면 우리는 약간 더 드리겠습니다.

24. Được, chúng tôi đặt thêm 200 tấm.

좋습니다. 우리는 200장으로 추가 주문하기로 합니다.

25. Vậy chúng tôi phá lệ dành cho anh 3% hoa hồng.

그러면 우리는 통례와 다르게 선생님께 3% 커미션을 드리겠습니다.

PHẦN II. 회화 HỘI THOẠI  

1. Anh Trí và ông Lee đang bàn bạc về vấn đề hoa hồng(Tri 씨 와 미스터 이는 커미션 문제에 대해 의논한다)

Ⓐ Anh Trí, chúng tôi thường nhận được từ 3% đến 5% hoa hồng từ các nhà cung ứng châu Âu

Tri 씨, 우리는 보통 유럽 지역 공급자들에게 3%~5%의 커미션을 받습니다.

Ⓑ Chúng tôi thường không cho hoa hồng.

우리는 보통 커미션을 안 줍니다.

Tuy nhiên nếu đặt hàng với số lượng lớn, chúng tôi sẽ xem xét.

그렇지만 만약 대량을 주문하신다면 고려해 보겠습니다.

Ⓐ Chúng tôi hoạt động thương mại nhờ hoa hồng.

우리는 커미션으로 무역하는 겁니다.

Nếu có hoa hồng sẽ thuận tiện cho chúng tôi khi tiếp

thị hàng hóa.

만약 커미션이 있으면 우리가 상품 마케팅 할 때 편할 겁니다.

Anh Trí, thực ra dành cho khách hàng 2% hoặc 3% hoa hồng là thông lệ mà.

Tri 씨, 실제로 2~3%의 커미션을 주는 것이 통례잖아요.

Ⓑ Ông Lee, khi ông đặt hàng, chúng tôi sẽ thảo luận vấn đề hoa hồng.

미스터 이, 주문하실 때 저희가 커미션 문제를 의논하겠습니다.

Ⓐ Nếu giá cả phía anh ưu đãi, hơn nữa bao gồm mức hoa hồng mà chúng tôi đề xuất, chúng tôi sẽ đặt hàng ngay.

만약 우대 가격으로 해 주시고 저희가 제안한 커미션까지 포함시켜 주시면 바로 주문하겠습니다.

2. Khách hàng yêu cầu mức hoa hồng 10% nhưng anh Sáng chỉ có thể dành cho họ 5%(거래처는 10%의 커미션을 요구하지만 Sang 씨는 그들에게 5% 밖에 커미션을 줄 수 없다)

Ⓐ Anh Sáng, thông thường chúng tôi nhận được 10% hoa hồng từ giá trị lô hàng.

Sang 씨, 일반적으로 우리는 각 상품 가격의 10% 커미션을 받습니다.

Ⓑ Đối với đại lý, chúng tôi thường chỉ cho hoa hồng từ 3% đến 5%.

대리점에게 우리는 보통 3~5 %의 커미션을 줍니다.

Ⓐ Để xúc tiến bán hàng của anh, và để giành thị phần từ các sản phẩm cùng loại của nước khác, chúng tôi phải thuê nhân viên tiếp thị.

당신의 상품 판매 촉진을 위해, 다른 나라의 같은 종류 상품들로부터 시장 점유율을 유지하기 위해서는 우리는 마케팅 직원을 채용해야만 합니다.

Ngoài ra còn tốn nhiều chi phí cho quảng cáo trên báo đài, vì vậy tôi thấy mức hoa hồng 10% dành cho chúng tôi là không nhiều.

그 밖에도 각종 신문, 방송에 광고하는 데 많은 비용이 들어서 제가 보기엔 저희에게 10%정도의 커미션은 많지 않아요.

Ⓑ Anh biết đó, giá của phía tôi được tính theo giá thành, 10% hoa hồng đồng nghĩa với việc tăng giá.

당신도 잘 알지만 우리 쪽 가격도 원가에 따라 정해진 것이라서 10% 커미션은 가격 인상으로 이어집니다.

Ⓐ Vậy anh tính sao?

그러면 어떻게 계산하실 겁니까?

Ⓑ Chúng tôi chỉ có thể dành cho anh 5% hoa hồng trên mỗi lô hàng.

우리는 각 상품에 5%의 커미션을 줄 수 밖에 없습니다.

3. Anh Hải không đồng ý cho hoa hồng theo đề xuất của khách hàng(Hai 씨는 상대방이 제안한 커미션에 동의할 수 없다)

Ⓐ Anh Hải, đại lý chúng tôi rất quan tâm đến vấn đề hoa hồng.

Hai 씨, 우리 대리점은 커미션 문제에 매우 관심을 가지고 있습니다.

Không biết công ty anh quy định như thế nào về vấn đề này.

당신의 회사에서 이번 문제에 대해 어떻게 규정하는지 궁금하군요.

Ⓑ Thông thường chúng tôi không để hoa hồng.

일반적으로 저희는 커미션을 드리지 않습니다.

Ⓐ Không cho hoa hồng không phù hợp với tập quán thương mại quốc tế.

커미션을 주지 않는다면 국제 무역 관습에 부적합합니다.

Chúng tôi thường nhận được từ 3% đến 5% hoa hồng từ các nhà cung cấp khác.

저희는 보통 다른 공급자들로부터 3~5%의 커미션을 받습니다.

Ⓑ Chúng tôi đã nhượng bộ về mặt giá cả, cho nên không thể cho hoa hồng nữa.

저희는 이미 가격 면에서 양보를 해서 더 이상 커미션을 드릴 수가 없군요.

Ⓐ Thật đáng tiếc.

유감스럽군요.

4. Anh Châu chỉ có thể dành cho khách hàng 2% hoa hồng(Chau 씨는 상대방에게 2%밖에 커미션을 줄 수 없다)

Ⓐ Anh Châu, phải có hoa hồng cho đại lý chứ.

Chau 씨 대리점에 커미션은 있어야지요.

Ⓑ Thông thường chúng tôi không cho hoa hồng.

일반적으로 저희는 커미션을 주지 않습니다.

Tuy nhiên nghĩ đến số lượng đặt hàng của anh khá lớn, chúng tôi để 1% hoa hồng, anh thấy thế nào?

그렇지만 당신이 대량 주문하신 것을 생각해서 우리는 1%의 커미션을 주기로 했습니다. 어떻습니까?

Ⓐ Mức hoa hồng như thế là quá ít.

그 정도의 커미션은 너무 적은데요.

Mua nhiều hàng như thế từ Nhật Bản, chúng tôi luôn nhận được 3% hoa hồng.

일본에서 그 정도 대량을 구입하면 우리는 항상 3%의 커미션을 받았어요.

Xin anh nghĩ lại một chút.

다시 한번 생각해 주세요.

Ⓑ Vậy chúng tôi cho 2%, không thể cao hơn nữa.

그러면 2% 줄게요. 더 이상은 안 돼요.

Ⓐ Không thể hơn nữa sao?

더 이상은 안 돼요?

Ⓑ Thẳng thắn mà nói, 2% hoa hồng thực sự đã là ngoại lệ, đã có chiếu cố nhiều rồi.

솔직히 말하면 2% 커미션 주는 것은 실제로 예외적인 일이고 많이 고려한 거에요.

5. Anh Trung đồng ý tăng mức hoa hồng từ 2% lên 3%(Trung 씨는 2%에서 3%로 커미션을 올리는 데 동의한다)

Ⓐ Anh Trung, chúng tôi đặt 1000 tấm thảm Vĩnh Long, anh chỉ cho 2% hoa hồng, không phải hơi ít đó sao?

Trung 씨, 우리는 Vinh Long 양탄자 1000장을 주문했는데 2%의 커미션만 주시면 좀 적은 거 아니에요?

Ⓑ Đây là mặt hàng bán chạy, giá báo cũng thấp nhất rồi, cho nên không thể tăng thêm hoa hồng được.

이 건 잘 팔리는 물건이고 가격을 이미 제일 낮게 받잖아요. 그래서 커미션을 더 줄 수 없어요.

Ⓐ Thường chúng tôi có thể nhận được 5% hoa hồng từ đơn hàng nước khác.

보통 우리는 다른 나라 물품 주문서에서 5%의 커미션을 받아요.

Ⓑ Thế này đi, nếu anh tăng số lượng đơn hàng, chúng

tôi có thể xem xét tăng thêm đôi chút.

그럼 이렇게 합시다. 만약 주문이 많아지면 우리가 조금 더 줄 수 있도록 고려해 볼게요.

A Được, chúng tôi đặt thêm 200 tấm.

예, 우리 200장 더 주문할게요.

B Vậy chúng tôi sẽ dành cho anh 3% hoa hồng.

그러면 우리가 3% 커미션을 줄게요.

PHẦN III. 새 단어 TỪ MỚI

1. hoa hồng	커미션
2. nhà cung ứng	공급자, 제조업자
3. thực sự	정말로, 실제로
4. xem xét	살펴보다, 고려하다
5. hoạt động thương mại	무역 활동
6. nhờ	덕택에
7. thuận tiện	편하다, 편리하다
8. tiếp thị	마케팅
9. hàng hóa	상품, 물품
10. thông lệ	통례
11. giá trị	가치
12. đại lý	대리점
13. giành	차지하다
14. thị phần	시장 점유율
15. sản phẩm cùng loại	같은 종류의 제품

16. thuê	고용하다
17. nhân viên	직원
18. chi phí	비용
19. quảng cáo	광고
20. báo đài	신문과 방송
21. giá thành	원가
22. tăng giá	가격 인상
23. quy định	규정
24. tập quán	습관
25. thương mại quốc tế	국제 무역
26. thẳng thắn	솔직히
27. chiếu cố	고려하다, 주의하다, 생각하다
28. tấm	장(양탄자의 분류사)
29. thảm	카펫, 양탄자
30. nước khác	다른 나라

PHẦN IV. 문법과 해설
NGỮ PHÁP VÀ GIẢI THÍCH

1. Từ… đến…

- 이 구조는 "…부터 …까지" 또는 "…에서 …까지"와 비슷하다.

㈎ Chúng tôi thường nhận được **từ** 3% **đến** 5% hoa hồng từ các nhà cung ứng châu Âu.

보통 우리는 유럽 공급자로부터 3%부터 5%까지의 커미션을 받을 수 있다.

Đi xe lửa **từ** Sài Gòn **đến** Hà Nội mất bao lâu?

사이공에서 하노이까지 기차로 얼마나 걸려요?

• 같은 뜻인 "đến"은 "tới"와 대치할 수 있다.

Giám đốc đi công tác nước ngoài **từ** ngày 2 **tới** ngày 5 tháng 10.

사장님은 10월 2일부터 5일까지 외국 출장 가십니다.

2. Khi

• "Khi"의 의미와 용법은 한국말의 "(으)ㄹ 때"와 같다.

㉠ **Khi** ông đặt hàng, chúng ta sẽ thảo luận vấn đề hoa hồng.

주문하실 때, 커미션 문제에 대해 토론합시다.

Anh cần phải cẩn thận **khi** đầu tư vào lĩnh vực này.

이런 분야에 투자할 때 조심해야 됩니다.

3. Chỉ

• "chỉ"의 의미는 "만" 또는 "오직, 오로지"와 마찬가지이다.

㉠ Đối với đại lý, chúng tôi thường **chỉ** cho hoa hồng từ 3% đến 5%.

대리점음 보통 우리가 3%부터 5%까지의 커미션만 줍니다.

Chúng tôi **chỉ** còn từng này sản phẩm.

우리는 오직 이 만큼의 상품이 남아 있어요.

4. Về

• "Về"의 용법은 한국말의 "-에 대해" 또는 "-에 대해서"와 큰 차이가

없다.

예) Không biết công ty anh quy định như thế nào **về** vấn đề này.

이런 문제에 대해서는 당신의 회사에서 어떻게 규정하는지 몰라요.

Chúng ta hãy bàn **về** việc đó sau.

그런 일에 대해 나중에 논의합시다.

PHẦN V. 연습 LUYỆN TẬP

밑줄 친 부분을 바꿔 연습하시오.

1. Không biết phía ông <u>quy định</u> thế nào về mức hoa hồng?

   a. quyết định

   b. nghĩ

   c. dự tính

2. Các anh chỉ cần cho <u>hai phần trăm(2%)</u> hoa hồng cũng được.

   a. ba phần trăm(3%)

   b. năm phần trăm(1%)

   c. bốn phần trăm(4%)

3. Ký kết hợp đồng trị giá trên <u>một triệu đô la Mỹ</u>, bên bà cho bao nhiêu hoa hồng?

   a. năm trăm ngàn Euro

   b. một trăm triệu Won

   c. hai tỉ Đồng

4. Xét thấy chị đặt hàng với số lượng lớn, chúng tôi cho <u>ba phần trăm(3%)</u> hoa hồng.

   a. bốn phần trăm(4%)

   b. năm phần trăm(5%)

   c. sáu phần trăm(6%)

5. Thông thường chúng tôi nhận được <u>ba phần trăm(3%)</u> hoa hồng trên giá trị hợp đồng.

   a. năm phần trăm(5%)

   b. hai phần trăm(2%)

   c. bốn phần trăm(4%)

6. Chúng tôi dành cho <u>các anh</u> năm phần trăm(5%) hoa hồng.

   a. phía chị

   b. bên ông

   c. các bà

7. Mức hoa hồng ba phần trăm(3%) dành cho chúng tôi là <u>hơi ít</u>.

   a. không nhiều

   b. khá ít

   c. quá ít

8. Chúng tôi phá lệ cho <u>hai phần trăm(2%)</u> hoa hồng, không thể nhiều hơn.

   a. bốn phần trăm(4%)

   b. năm phần trăm(5%)

   c. ba phần trăm(3%)

9. Tiêu thụ thêm <u>mỗi một trăm(100) cái</u>, chúng tôi sẽ tăng

<u>một phần trăm(1%)</u> hoa hồng.

   a. năm trăm(500) hộp, hai phần trăm(2%)

   b. một nghìn(1000) tấn, năm phần trăm(5%)

   c. hai ngàn lít, ba phần trăm(3%)

10. Anh dành cho chúng tôi mức hoa hồng <u>quá ít</u>.

   a. quả thật là ít

   b. quá thấp

   c. hơi thấp

PHƯƠNG THỨC THANH TOÁN
지불 방법

PHẦN I. 문장 CÂU 

1. Thông thường chúng tôi chỉ chấp nhận thư tín dụng trả ngay(L/C at sight) không thể hủy ngang.

   보통 우리는 변경할 수 없는 L/C at sight만 받아들입니다.

2. Ông có thể chấp nhận phương thức D/A hoặc D/P được không?

   D/A나 D/P 방식을 받아들일 수 있습니까?

3. Phương thức thanh toán này sẽ làm giá thành nhập khẩu của chúng tôi tăng lên.

   이 지불 방법은 우리의 수입 원가를 늘릴 겁니다.

4. Thư tín dụng không thể hủy ngang làm tăng mức độ đảm bảo đối với hàng hóa xuất khẩu.

   변경할 수 없는 신용장은 수출품의 보증 정도를 확보합니다.

5. Chúng ta hãy nhượng bộ nhau một chút.

   우리는 서로 좀 양보합시다.

6. Thông thường ông áp dụng phương thức thanh toán gì?

   보통 무슨 지불 방법을 적용하십니까?

7. Chúng tôi áp dụng phương thức mở thư tín dụng.

우리는 신용장 개설 방법을 적용합니다.

8. Chi phí mở thư tín dụng cho lô hàng mười triệu Đô la Mỹ rất lớn.

천만미화 화물을 위한 신용장 개설 비용은 매우 큽니다.

9. Đối với đơn hàng có giá trị lớn, chúng tôi càng phải yêu cầu mở thư tín dụng.

큰 가치의 주문에 대해서는, 우리는 더욱 신용장 개설을 요구해야 합니다.

10. Thị trường tài chính tiền tệ thế giới có nhiều bất ổn.

세계 금융 시장은 매우 불안정합니다.

11. Mở thư tín dụng trước khi giao hàng 15 ngày được chứ?

납품 15일 전에 신용장을 개설해도 되지요?

12. Phía ông phải mở thư tín dụng 30 ngày trước khi xếp hàng.

선생님께서는 납품 30일 전에 신용장을 개설하셔야 합니다.

13. Như thế chúng tôi mới có được thời gian thu xếp cần thiết.

그래야 우리는 필요한 배치 시간을 갖출 수 있습니다.

14. Vì có khi mất đến khoảng một tuần để chuẩn bị xong bộ hồ sơ xếp hàng nộp cho ngân hàng thanh toán.

때로는 지불 은행에 제출하는 선적 서류를 준비하기 위해서 1주일 정도 걸리기 때문입니다.

15. Thư tín dụng có hiệu lực trong 15 ngày sau khi xếp hàng lên tàu.

신용장은 선적 후에 15일 내에 유효합니다.

16. Hy vọng ông xem xét ý kiến của chúng tôi.
우리의 의견을 좀 고려해 주시기 바랍니다.

17. Chúng tôi không thể chấp thuận kiến nghị của ông.
우리는 선생님의 의견을 받아들일 수 없습니다.

18. Nếu ông đáp ứng giao hàng trước một tháng, chúng tôi sẽ đồng ý mở thư tín dụng.
한 달전 납품 조건을 받아들이신다면 우리는 신용장 개설에 동의할 겁니다.

19. Tôi đồng ý yêu cầu của ông.
선생님의 요구에 동의합니다.

20. Nhưng ông nhất định phải mở thư tín dụng cho chúng tôi 30 ngày trước khi giao hàng.
그러나 납품 30일전 반드시 우리한테 신용장을 개설해 주셔야 합니다.

21. Lô hàng máy in mà chúng tôi đặt mua lần này, phương thức thanh toán ra sao?
우리의 이번 프린터 주문은 지불 방법이 어떻습니까?

22. Xin ông hãy cho biết ý kiến.
의견을 좀 말씀해 주십시오.

23. Đối với lô hàng này, chúng tôi hy vọng phía ông cho trả chậm nhiều đợt.
이번 주문은 할부해 주셨으면 좋겠습니다.

24. Điều này tôi phải hỏi ý kiến công ty.
이것은 회사의 의견을 물어봐야 되겠습니다.

25. Khi có quyết định chính thức tôi sẽ báo cho ông biết ngay.
공식적인 결정이 나오면 바로 알려 드리겠습니다.

PHẦN II. 회화 HỘI THOẠI 

1. **Ông Minh và đối tác đang bàn về phương thức thanh toán**(Minh 씨와 거래자가 지불 방법에 대해 의논한다)

Ⓐ Ông Minh, công ty ông thường áp dụng phương thức thanh toán gì?

Minh 씨의 회사는 보통 어느 지불 방법을 이용합니까?

Ⓑ Thông thường chúng tôi chỉ chấp nhận thư tín dụng trả ngay không thể hủy ngang(irrevocable L/C at sight).

일반적으로 우리는 취소불능 일람불 신용장만 받습니다.

Ⓐ Còn phương thức D/A hoặc D/P không được sao?

D/A 혹은 D/P 방식은 안 되겠습니까?

Ⓑ Tôi e rằng không được.

죄송하지만 안 될 것 같습니다.

Ⓐ Ông Minh, nếu mở thư tín dụng trả ngay(L/C at sight), không những phải chuẩn bị một khoản tiền lớn, mà còn phải trả phí thủ tục cho ngân hàng.

Minh 씨, 만약 일람불 신용장을 개설하면 거액을 준비해야 할 뿐만 아니라 은행 수수료도 결제해야 합니다.

Như vậy sẽ làm giá thành nhập khẩu của chúng tôi tăng lên.

그렇게 되면 저희 수입원가가 올라가게 됩니다.

Ⓑ Ông biết đó, thư tín dụng không thể hủy ngang làm tăng mức độ đảm bảo đối với hàng hóa xuất khẩu.

당신도 잘 알지만, 취소불능 신용장은 수출품에 대한 담보 정도가 올라갑니다.

Ⓐ Chúng ta hãy nhượng bộ nhau một chút, năm mươi phần trăm(50%) giá trị lô hàng áp dụng thư tín dụng, phần còn lại áp dụng phương thức D/P, ông thấy thế nào?

우리 서로 조금씩만 양보해서 물품 가격 50%에 해당되는 금액은 신용장으로 하고 나머지는 D/P로 합시다. 어떻습니까?

Ⓑ Xin lỗi, chúng tôi chỉ chấp nhận thư tín dụng.

죄송합니다 우리는 신용장만 인정합니다.

2. Ông Tòng chỉ đồng ý với khách hàng phương thức thanh toán bằng thư tín dụng(Tong 씨는 거래처와 신용장 지불 방식만 동의한다)

Ⓐ Ông Tòng, thông thường ông áp dụng phương thức thanh toán gì?

Tong 씨, 일반적으로 어느 지불 방법을 이용합니까?

Ⓑ Chúng tôi áp dụng phương thức mở thư tín dụng.

우리는 신용장 개설 방법만 이용합니다.

Ⓐ Chi phí mở thư tín dụng cho lô hàng mười triệu Đô la Mỹ rất lớn.

천만 달러에 해당하는 신용장을 개설하는데 비용이 너무 많이 듭니다.

Điều này làm tăng giá thành, khiến giá tiêu thụ tăng cao.

이것은 원가 상승과 소비자가 상승으로 이어집니다.

Ⓑ Thật đáng tiếc, đối với đơn hàng có giá trị lớn, chúng tôi càng phải yêu cầu mở thư tín dụng.

유감스럽지만 큰 가치가 있는 물품 주문서에 대해서는 우리는 더욱 신용장 개설을 요구할 수 밖에 없습니다.

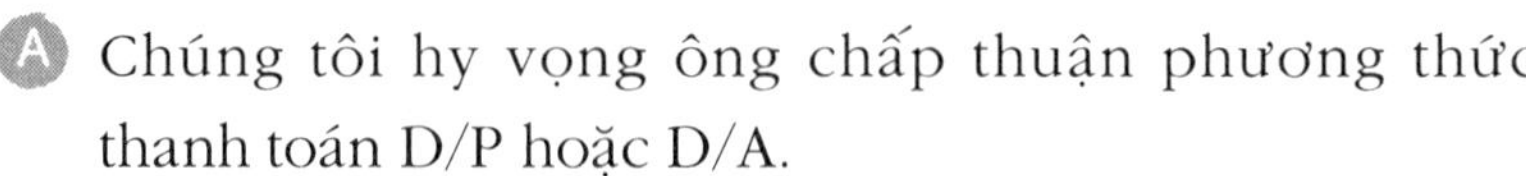

Ⓐ Chúng tôi hy vọng ông chấp thuận phương thức thanh toán D/P hoặc D/A.

우리는 Tong 씨가 D/A 혹은 D/P 방식에 동의해 주셨으면 합니다.

Ⓑ Ông biết đó, tình hình kinh tế phương Tây hiện đang suy thoái.

아시다시피 현 서구 경제 상황이 쇠퇴하고 있다.

Thị trường tài chính tiền tệ thế giới có nhiều bất ổn.

세계 금융 시장이 매우 불안정합니다.

Để có thể thu hồi vốn đúng lúc, chúng tôi phải áp dụng phương thức thanh toán bằng thư tín dụng.

제때에 자본 회수를 하기 위해서 우리는 신용장에 의한 지불 방식으로 해야만 합니다.

3. Ông Yên và đối tác đang bàn về các vấn đề thanh toán(Yen 씨와 거래자가 결제 문제에 대해 의논한다)

Ⓐ Ông Yên, mở thư tín dụng trước khi giao hàng 15 ngày được chứ?

Yen 씨, 물품 운송 15일 전에 신용장 개설하면 됩니까?

Ⓑ Như vậy là hơi trễ.

그러면 조금 늦는데요.

Phía ông phải mở thư tín dụng 30 ngày trước khi xếp hàng.

선적하기 30일 전에는 신용장을 개설해야만 합니다.

Như thế chúng tôi mới có được thời gian thu xếp cần thiết.

그래야만 저희가 정리하는데 필요한 시간이 생겨요.

Ⓐ Thôi được.

예, 알겠습니다.

Ⓑ Ngoài ra còn thêm một điều kiện.

그리고 한 가지 조건이 더 있어요.

Kỳ hạn của thư tín dụng kéo dài đến 15 ngày sau khi xếp hàng lên tàu.

신용장 기한을 선적 후 15일 연장해 주셨으면 해요.

Vì mất khoảng một tuần để chuẩn bị hồ sơ xếp hàng nộp cho ngân hàng.

은행에 제출할 선적 서류를 준비하는데 1주일 정도 걸리거든요.

Ⓐ Thôi được.

그래요.

Thư tín dụng có hiệu lực trong 15 ngày sau khi xếp hàng lên tàu.

신용장은 선적 후 15일 동안 효력이 있도록 하겠습니다.

Ⓑ Xin ghi rõ "địa điểm thanh toán thư tín dụng có hiệu lực ở nước tôi".

"신용장에 의한 결제 지점은 우리 나라에서 효력이 있다."라고 명확히 기록해 주십시오.

4. Hai bên bàn bạc để thống nhất về vấn đề thanh toán(양측이 결제 문제 합의를 위해 의논한다)

Ⓐ Hy vọng ông xem xét lại đề xuất của chúng tôi, chấp thuận phương thức thanh toán D/P hoặc D/A.

저희 제안인 D/A 혹은 D/P 결제 방식을 취하는 것에 대해 다시 한 번 고려해 주십시오.

B Thật đáng tiếc, chúng tôi không thể chấp nhận đề xuất đó.

유감스럽지만 우리는 그 제안을 받아들일 수 없습니다.

A Thế này đi, mỗi bên nhượng bộ một chút, nếu ông đồng ý giao hàng trước một tháng, chúng tôi sẽ mở thư tín dụng.

그럼 이렇게 합시다. 서로 조금씩만 양보해 만약 물품 운송을 한달 전에 해 주시는 것에 동의하시면 저희가 신용장을 개설하겠습니다.

B Tôi đồng ý.

예, 알겠습니다.

Nhưng ông nhất định phải mở thư tín dụng cho chúng tôi 30 ngày trước khi giao hàng.

그러나 꼭 신용장은 운송 30일전에 개설해 주셔야 합니다.

5. **Ông Choi và đối tác đang bàn về phương thức trả chậm**(Choi 씨와 거래자는 할부 결제에 대해 의논한다)

A Ông Choi, lô hàng máy in mà chúng tôi đặt mua lần này, phương thức thanh toán ra sao?

Choi 씨, 이번에 저희가 주문한 프린터 결제를 어떻게 할까요?

B Ông hãy cho biết ý kiến trước.

어떻게 하면 좋을지 먼저 말씀해 주세요.

A Chúng tôi mong được trả chậm nhiều đợt.

저희는 할부로 결제했으면 합니다.

Ông thấy được chứ?

괜찮습니까?

B Điều này tôi phải hỏi công ty.

회사에 먼저 물어봐야겠네요.

Khi có quyết định chính thức tôi sẽ báo cho ông biết ngay.

정식으로 결정이 나면 제가 바로 알려 드리겠습니다.

Ⓐ Vâng.

예.

PHẦN III. 새 단어 TỪ MỚI

1. áp dụng	적용하다
2. phương thức	방식, 방법
3. thanh toán	지불
4. chấp nhận	받아들이다
5. thư tín dụng	신용장
6. khoản tiền lớn	거액
7. ngân hàng	은행
8. giá thành	원가
9. nhập khẩu	수입(하다)
10. đảm bảo	보증(하다)
11. hàng (hóa) xuất khẩu	수출품
12. nhượng bộ	양보(하다)
13. phần còn lại	나머지 (부분)
14. chi phí	비용
15. yêu cầu	요구하다
16. suy thoái	쇠퇴(하다)
17. thị trường tài chính tiền tệ	금융 시장

18. bất ổn	불안정(하다)
19. xếp hàng	선적(하다)
20. điều khoản	조항
21. kiến nghị	건의(하다)
22. máy in	프린터
23. ý kiến	의견
24. trả chậm	할부
25. nhiều đợt	여러 번
26. quyết định	결정
27. chính thức	공식적
28. ngay	바로, 당장

PHẦN IV. 문법과 해설 NGỮ PHÁP VÀ GIẢI THÍCH

1. Gì

- 의문사 "gì"의 의미는 "무슨" 또는 "무엇"와 같다. 곧 독립적으로 사용되는 경우도 있고 명사 뒤에 사용되는 경우도 있다.

예 Công ty ông thường áp dụng phương thức thanh toán **gì**?

선생님 회사에서는 보통 무슨 지불 방법을 적용합니까?

Người đến công ty chúng ta hôm qua tên là **gì** vậy?

어제 오후에 우리 회사에 오신 분은 이름이 뭐예요?

2. Chúng ta hãy

- "Chúng ta hãy"는 동사 앞에서 사용되고 용법은 한국말의 "–(으)ㅂ시다" 또는 "–자"와 비슷하다.

㉮ **Chúng ta hãy** nhượng bộ nhau một tí.

우리가 서로 좀 양보합시다.

Chúng ta hãy bàn về tình hình kinh tế thế giới.

(우리가) 세계 경제 상황에 대해 이야기합시다.

Chúng ta hãy gặp nhau lúc 5 giờ chiều.

(우리가) 오후 5시에 만나자.

3. Hãy

- "Hãy"는 동사 앞에서 쓰이는데 한국말의 "(으)십시오", "(으)세요", "어/아/여", "어/아/여라", "(으)라"에 해당한다.

㉮ Xin ông **hãy** cho biết ý kiến trước.

의견을 먼저 알려 주십시오.

Anh **hãy** làm việc đó trước.

그 일을 먼저 하세요.

Em **hãy** ăn cái này.

이것 좀 먹어.

4. Phải

- "Phải"는 보통 동사 앞에서 사용되고 의미와 용법은 "어/아/여야 하다"와 차이가 없다.

㉮ Đối với đơn hàng có giá trị lớn, chúng tôi càng **phải** yêu cầu mở thư tín dụng.

큰 가치의 주문에 대해서는, 우리는 더욱 신용장 개설을 요구해야 합

니다.

Anh **phải** báo cáo cho giám đốc hàng tháng.

당신은 월마다 사장님께 보고하셔야 합니다.

PHẦN V. 연습 LUYỆN TẬP

밑줄 친 부분을 바꿔 연습하시오.

1. Chúng tôi áp dụng phương thức thanh toán bằng <u>thư tín dụng</u>.

   a. T/T
   b. D/P
   c. D/A

2. Chi phí mở thư tín dụng cho lô hàng <u>mười lăm triệu Đô la Mỹ</u> rất lớn, chúng tôi gặp nhiều khó khăn.

   a. mười triệu Euro
   b. năm triệu Bảng Anh
   c. hai mươi triệu Phơ răng Pháp

3. <u>Công ty tôi</u> chỉ đồng ý phương thức thanh toán bằng thư tín dụng.

   a. Chúng tôi
   b. Phía tôi

c. Bên tôi

4. <u>Năm mươi phần trăm(50%)</u> giá trị lô hàng áp dụng thư tín dụng, <u>phần còn lại</u> áp dụng phương thức D/P, ông thấy thế nào?

    a. sáu mươi phần trăm(60%), bốn mươi phần trăm(40%)

    b. bảy mươi phần trăm(70%), ba mươi phần trăm(30%)

    c. tám mươi phần trăm(80%), hai mươi phần trăm(20%)

5. Nếu ông đáp ứng giao hàng trước <u>một tháng</u>, chúng tôi đồng ý mở thư tín dụng.

    a. hai tháng

    b. ba tháng

    c. nửa năm

6. <u>Ngân hàng Ngoại thương Việt Nam</u> có thể mở ngay thư tín dụng dựa trên thư xác nhận tiêu thụ của chúng tôi.

    a. Ngân hàng Kookmin Hàn Quốc

    b. Ngân hàng Thương mại Á Châu

    c. Ngân hàng Sunny

7. Chúng tôi hy vọng ông đồng ý <u>phương thức thanh toán T/T</u>.

    a. phương thức thanh toán bằng tín dụng thư

    b. phương thức thanh toán trả chậm

    c. phương thức thanh toán gối đầu

8. Các anh <u>chấp nhận</u> phương thức thanh toán bằng thư tín dụng chứ?

    a. đồng ý

    b. chấp thuận

    c. chịu

9. Chúng tôi có <u>thể dùng tiền Đồng Việt Nam</u> thanh toán được không?

    a. tiền Won Hàn Quốc

    b. đồng Yên Nhật Bản

    c. Đô la Hồng Công

10. Chúng tôi hy vọng tốt nhất ông hãy dùng <u>Đô la Mỹ</u> thanh toán.

    a. Euro

    b. Bảng Anh

    c. Mác Đức

KỲ HẠN GIAO HÀNG
납품 기한

1. Phía anh thường cần bao nhiêu thời gian để giao hàng?
   납품하기 위해서 당신 쪽은 보통 시간이 얼마나 필요하세요?

2. Có thể giao hết hàng trong vòng 1 tháng sau khi nhận được thư tín dụng.
   신용장을 받은 후에 1달 안으로 납품할 수 있습니다.

3. Đối với đơn hàng đặc biệt thì sao?
   특별한 주문은 어떻습니까?

4. Thời gian giao hàng của đơn hàng đặc biệt không vượt quá 3 tháng.
   특별한 주문의 납품 기한은 3개월 초과하면 안 됩니다.

5. Nếu yêu cầu phía ông giao hàng trong tháng 6, khi nào tôi phải mở thư tín dụng?
   선생님께 6월에 납품을 요구하면 우리는 언제 신용장을 개설해야 합니까?

6. Một tháng trước thời hạn giao hàng.
   납품 기한 전 한달 입니다.

7. Ông có thể giao hàng sớm hơn một chút không?

좀 더 일찍 납품하실 수 있습니까?

8. Ông không yêu cầu chúng tôi giao hàng trong thời gian không đầy một tháng chứ?

우리한테 한달 미만 기간에 납품을 요구하지 않지요?

9. Ngay khi trở về, tôi sẽ bắt tay vào làm thủ tục mở thư tín dụng.

돌아오는대로 신용장 개설 수속에 착수하겠습니다.

10. Ông có thể giao hàng vào tháng 9 được không?

9월에 납품을 하실 수 있습니까?

11. Vậy thời gian có thể giao hàng sớm nhất khi nào?

가장 일찍 납품 가능한 시간은 언제입니까?

12. Ở bên nước tôi, tháng 12 là lúc tung sản phẩm này ra thị trường.

우리 나라에서는 12월에 이 제품을 시장에 진출시켜야 하는 시점입니다.

13. Phải xếp hàng trước tháng 10, nếu không sẽ trễ vào mùa tiêu thụ.

10월 전에 선적을 마무리 해야 합니다. 그렇지 않으면 소비 시점이 늦을 겁니다.

14. Thời gian giao hàng đối với chúng tôi rất quan trọng.

납품 시간은 우리에게 아주 중요합니다.

15. Thật đáng tiếc, chúng tôi không thể giao hàng sớm hơn.

아깝게도 우리는 더 일찍 납품할 수 없습니다.

16. Bà có cách nào giao hàng sớm hơn được không?

더 일찍 납품할 수 있는 방법이 있습니까?

17. Do không ngừng tiếp nhận các đơn hàng mới, hiện tại

nhà máy chúng tôi hết sức bận rộn, e rằng rất khó sớm hơn.

새로운 주문을 끊임없이 받기 때문에 현재 우리 공장은 아주 바빠서 더 일찍 하기 힘들다고 봅니다.

18. Đây là thời hạn sớm nhất chúng tôi có thể đáp ứng được.

이것은 우리가 가장 일찍 받아들일 수 있는 기한입니다.

19. Chúng tôi sẽ mở thư tín dụng vào cuối tháng 8.

우리는 8월 말에 신용장을 개설할 겁니다.

20. Chúng tôi sẽ cố gắng tối đa để có thể giao hàng vào tháng 9.

9월에 납품할 수 있도록 우리는 최선을 다 하겠습니다.

21. Tôi nghĩ còn có một biện pháp có thể giao hàng sớm.

제가 생각하기에는 일찍 납품할 수 있는 방법이 또 하나 있습니다.

22. Đổi cảng giao hàng từ Cảng Dung Quất vào Cảng Sài Gòn, ông thấy thế nào?

납품 항구는 중국에서 사이공항으로 바꾸면 어떻습니까?

23. Nếu giao hàng tại Sài Gòn, thời gian mà chúng tôi nhận được hàng có thể sớm hơn nhiều.

사이공에서 납품하시면 우리가 화물을 받을 수 있는 시간은 훨씬 더 이릅니다.

24. Nếu chúng tôi chọn Cảng Đà Nẵng, ông có thể giao hàng trước cuối tháng 3 không?

우리가 다낭항을 선택하면 3월 말 전에 납품하실 수 있습니까?

25. Bất kể thế nào, giao hàng không trễ quá thượng tuần tháng 4.

어떻게든지 4월 상순 안에 납품하겠습니다.

PHẦN II. 회화 HỘI THOẠI  

1. **Hai người đang bàn về thời gian giao hàng**(두 사람이 납품 기한
에 대해 의논하고 있다)

   A Phía anh cần bao nhiêu thời gian để giao hàng?
   당신 쪽에서 납품하는데 시간이 얼마나 필요합니까?

   B Thông thường có thể giao hết hàng trong vòng 1
   tháng sau khi nhận được thư tín dụng.
   일반적으로 신용장을 받은 후 한 달 안에 납품이 가능합니다.

   A Đối với đơn hàng đặc biệt thì sao?
   특별한 주문에 대해서는 어떻습니까?

   B Thời gian giao hàng của đơn hàng đặc biệt phải kéo
   dài một chút, song tuyệt đối không vượt quá 3 tháng.
   특별한 주문의 납품 기한은 조금 연장되지만 절대 3개월을 초과하
   지는 않습니다.

2. **Đối tác đề nghị ông Hà cho xếp hàng ngay sau khi nhận
   được thư tín dụng**(파트너가 Ha 씨에게 신용장을 받은 후 즉시 납
   품하는 것에 대해 협상을 제의한다)

   A Ông Hà, nếu yêu cầu phía ông giao hàng trong tháng
   6, khi nào tôi phải mở thư tín dụng?
   Ha 씨, 만약에 그쪽에 6월 안에 납품을 요구한다면 언제 제가 신용
   장을 열어 드려야 합니까?

   B Một tháng trước thời hạn giao hàng.
   납품 기한 한달 전요.

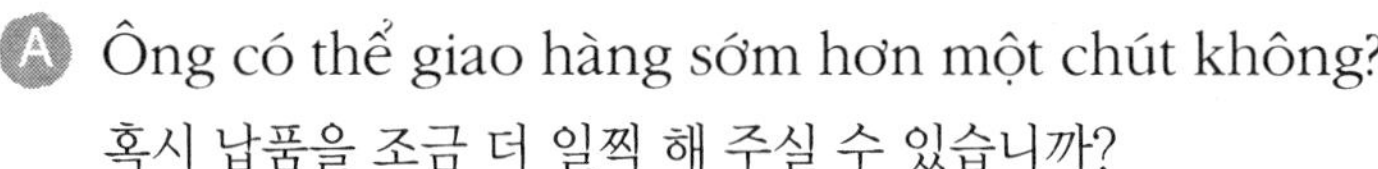

A Ông có thể giao hàng sớm hơn một chút không?

혹시 납품을 조금 더 일찍 해 주실 수 있습니까?

B Chuẩn bị hàng, làm hồ sơ chứng từ, thu xếp kho bãi··· những việc này đều cần có thời gian.

화물 준비, 서류 만들기, 창고 예약 등 이런 일들을 처리하는 시간이 필요합니다.

Ông không yêu cầu chúng tôi giao hàng trong thời gian không đầy một tháng chứ?

한 달이 안 되는 기간 안에 저희에게 납품을 요구하시는 건 아니지요?

A Vâng, đúng vậy.

네, 맞습니다.

Ngay khi trở về, tôi sẽ bắt tay vào làm thủ tục mở thư tín dụng.

네, 돌아가는 즉시 신용장 개설 수속을 착수하겠습니다.

B Đó là khi nào vậy?

그게 언젠가요?

A Đầu tháng sau.

다음 달 초입니다.

Tôi hy vọng ông giao hàng ngay sau khi nhận được thư tín dụng của phía chúng tôi.

Ha 씨께서 우리 쪽의 신용장을 받고 즉시 납품을 해주셨으면 합니다.

B Ông cứ an tâm.

걱정하지 말고 안심하십시오.

Tôi sẽ chuẩn bị kho bãi ngay.

저는 즉시 창고 준비를 하겠습니다.

Như thế chúng tôi có thể cho giao hàng sau khi nhận được thư tín dụng của phía ông trong hai tuần.

그러면 저희는 그쪽의 신용장을 받은 후에 2 주 안에 납품할 수 있습니다.

3. **Ông Sinh hỏi ý kiến nhà máy để quyết định thời gian giao hàng**(Sinh 씨가 납품 기한을 결정하기 위해 공장의 의견을 물어본다)

Ⓐ Ông có thể giao hàng vào tháng 9 được không?

9월에 납품해 주실 수 있겠습니까?

Ⓑ Tôi thấy không thể.

제가 보기에는 불가능합니다.

Ⓐ Vậy thời gian có thể giao hàng sớm nhất là khi nào?

그러면 납품 기한이 제일 빠르면 언제쯤입니까?

Ⓑ Trung tuần tháng 10. Sớm hơn không được.

10월 중순입니다. 더 빨리는 안 됩니다.

Ⓐ Như vậy trễ quá.

그러면 너무 늦습니다.

Ở bên nước tôi, tháng 12 là lúc tung sản phẩm này ra thị trường.

우리 나라에선 12월이 시장으로 상품을 출하하는 시기입니다.

Ông biết đó, thủ tục hải quan phía chúng tôi hơi phức tạp.

아시다시피 우리쪽 세관 수속이 약간 복잡합니다.

Ⓑ Tôi biết nhưng ...

제가 압니다만...

Ⓐ Phải giao hàng trước tháng 10, nếu không sẽ trễ mùa tiêu thụ mất.

10월 전에 납품해야 합니다. 그렇게 못하면 소비시기를 놓칠 겁니다.

Ⓑ Kế hoạch sản xuất cho quý ba của nhà máy chúng tôi đã đầy ắp.

저희 공장의 제3 사분기 생산 계획도 꽉 차 있습니다.

Thậm chí nhiều khách hàng đã đặt hàng vào quý tư.

심지어 많은 파트너는 제4 사분기에 주문했습니다.

Ⓐ Ông Sinh, ông cũng biết thời gian giao hàng đối với chúng tôi rất quan trọng.

Sinh 씨, 당신도 우리에게 납품 기한이 얼마나 중요한지 알지 않습니까?

Ⓑ Điều này tôi rõ.

그점은 잘 알지요.

Nhưng năm nay chúng tôi tiếp nhận đơn hàng nhiều hơn năm nào hết.

그렇지만 저희가 그 어떤 해보다도 올해 더 많은 양의 주문을 받았습니다.

Thật đáng tiếc, chúng tôi không thể giao hàng sớm hơn.

정말 유감스럽습니다만 우리는 더 일찍 납품해 드리기 어렵습니다.

Ⓐ Tôi mong ông đặc biệt quan tâm đến yêu cầu của chúng tôi.

저희의 요구에 각별히 신경써 주시기 바랍니다.

Ⓑ Thôi được.

알겠습니다.

Để tôi liên lạc với nhà máy hỏi ý kiến của họ rồi bàn tiếp.

제가 공장에 연락해 보고 그쪽의 의견을 물어본 다음에 다시 의논합시다.

4. **Bà Nga hứa với khách hàng cố gắng giao hàng sớm hơn**(Nga 씨가 파트너와 더 일찍 납품하도록 노력하겠다는 약속을 한다)

Ⓐ Bà Nga, có cách nào giao hàng sớm hơn được không?

Nga 씨, 더 일찍 납품할 수 있는 방법이 있나요?

Ⓑ Do không ngừng tiếp nhận các đơn hàng mới, hiện tại nhà máy chúng tôi hết sức bận rộn, e rằng rất khó sớm hơn.

끊임없이 들어오는 주문서들 때문에 현재는 저희 공장도 너무 바쁘게 돌아가고 있습니다. 더 일찍은 어려울 것 같습니다.

Ⓐ Vậy đành chấp nhận trung tuần tháng mười?

그러면 10월 중순입니까?

Ⓑ Đúng, đây là thời hạn sớm nhất chúng tôi có thể đáp ứng được.

그럼요. 그 때가 저희가 납품해 드릴 수 있는 가장 빠른 날짜입니다.

Ⓐ Thôi được.

알겠습니다.

Bà ghi thêm câu "giao hàng vào ngày 15 tháng 10 hoặc sớm hơn" được chứ?

"10월 15일 또는 더 일찍 납품한다"란 문장을 더 써 주시면 어떻습니까?

Chúng tôi sẽ mở thư tín dụng vào cuối tháng 8.

저희는 8월 말에 신용장을 열겠습니다.

Ⓑ Được. Quyết định vậy đi.

좋습니다. 그렇게 하죠.

Chúng tôi sẽ cố gắng tối đa để có thể giao hàng vào tháng 9.

저희는 9월에 납품이 될 수 있도록 최선을 다하겠습니다.

5. Hai người đang bàn về cách thức giao hàng sớm nhất(두 사람이 가장 빠른 납품 방법에 대해 의견교환 중이다)

Ⓐ Tôi nghĩ còn có một biện pháp có thể giao hàng sớm hơn.

제 상각에는 더 일찍 납품할 수 있는 방법이 하나 있습니다.

Ⓑ Biện pháp gì, thưa ông?

그게 뭔데요?

Ⓐ Đổi cảng giao hàng từ Cảng Dung Quất vào Cảng Sài Gòn, ông thấy thế nào?

Dung Quat항에서 Sai Gon항으로 납품 항구를 바꾸는 것이 어떻습니까?

Ⓑ Lô hàng mà chúng tôi tiếp nhận được sản xuất ở Dung Quất, cho nên sẽ được xếp hàng ở Cảng Dung Quất hoặc Cảng Đà Nẵng.

우리가 받을 화물은 융꿧에서 생산되어서 융꿧항이나 다낭항에서 납품되는데요.

Tại sao ông lại muốn chuyển vào Sài Gòn?

왜 사이공으로 이동하길 원하세요?

Ⓐ Từ Dung Quất đến San Francisco một tuần chỉ có một chuyến tàu.

융꿧에서 샌프란시스코까지 일주일에 배편이 하나밖에 없어요.

Còn tàu từ Sài Gòn đi San Francisco lại có khá nhiều chuyến trong tuần.

그리고 사이공에서 샌프란시스코로 가는 배는 일주일에 많은 배편이 있어요.

Nếu giao hàng tại Sài Gòn, chúng tôi có thể nhận được hàng sớm hơn.

만약에 사이공에서 납품하면 우리가 더 빨리 물건을 받을 수 있

어요.

B Ồ, thì ra là thế.

그건 그렇네요.

Ý của ông là hàng hóa sẽ được chuyển đến Sài Gòn, đúng không?

당신 생각은 물건을 사이공으로 옮기자는 거지요?

A Đúng, chính là ý đó.

맞아요. 그뜻이에요.

Chúng tôi muốn tung hàng ra thị trường càng sớm càng tốt.

우리는 시장에 될 수 있는대로 일찍 출하하고 싶습니다.

PHẦN III. 새 단어 TỪ MỚI

1. giao hàng	납품(하다)
2. đơn hàng đặc biệt	특별한 주문
3. tuyệt đối	절대로
4. vượt quá	초과하다
5. chuẩn bị hàng	화물 준비
6. hồ sơ chứng từ	서류
7. bắt tay	착수하다
8. thủ tục	수속
9. an tâm	마음을 놓다, 안심하다
10. thu xếp	배치하다
11. trung tuần tháng 10	10월 중순

12. tung sản phẩm ra thị trường	시장에 상품을 진출시키다
13. thủ tục hải quan	세관 수속
14. mùa tiêu thụ	소비 시기
15. kế hoạch sản xuất	생산 계획
16. thậm chí	심지어
17. đặc biệt	특별히
18. quan tâm	관심, 관심을 가지다
19. không ngừng	끊임없이
20. hiện tại	현재
21. nhà máy	공장
22. cố gắng tối đa	최선을 다 하다
23. biện pháp	방법
24. cảng giao hàng	납품 항구
25. chuyển	옮기다
26. chuyến tàu	(정기) 배편
27. càng sớm càng tốt	될 수 있는대로 일찍

PHẦN IV. 문법과 해설 NGỮ PHÁP VÀ GIẢI THÍCH

1. Để

- "Để"는 동사 앞에서 사용되고 의미와 용법은 "-기 위해서, -을/를 위해"와 비슷하다.

예) Phía anh thường cần bao nhiêu thời gian **để** giao hàng?
납품하기 위해서 당신 쪽은 보통 시간이 얼마 필요해요?

Để hoàn thành công việc tốt đẹp, anh phải lập kế hoạch cụ thể.

일을 잘 완성하기 위해서 구체적인 계획을 세워야 합니다.

2. Sau khi

- "Sau khi"의 용법은 한국말의 "(으)ㄴ 후에, 후에"와 차이가 없다.
- ㉠ Có thể giao hết hàng trong vòng 1 tháng **sau khi** nhận được thư tín dụng.

  신용장을 받은 후에 1달 안으로 다 납품할 수 있습니다.

  Sau khi tan sở, tôi sẽ đến ngay.

  퇴근 후에 바로 갈 거예요.

3. Ngay khi

- "Ngay khi"는 한국말로 "–는대로" 또는 "–자마자"와 비슷하다.
- ㉠ **Ngay khi** trở về, tôi sẽ bắt tay vào làm thủ tục mở thư tín dụng.

  돌아오는대로 신용장 개설 수속에 착수하겠습니다.

  Anh ấy đã làm việc đó **ngay khi** đến văn phòng.

  그는 사무실에 도착하자마자 그 일을 했어요.

4. Tôi nghĩ

- 보통 자신의 의견이나 생각을 표현하기 위해서 사용하는 말이다. "Tôi nghĩ…"는 한국말의 "제 생각에는"와 같다.
- ㉠ **Tôi nghĩ** còn có một biện pháp có thể giao hàng sớm.

제가 생각하기에는 일찍 납품할 수 있는 방법이 또 하나 있습니다.

Tôi nghĩ anh có thể làm tốt được việc này.

제 생각에는 당신이 이 일을 잘 할 수 있습니다.

• 비슷한 표현은 "Tôi thấy"(제가 보기에는)가 있다.

Tôi thấy đây là một vấn đề khó.

제가 보기에는 이것이 어려운 문제예요.

PHẦN V. 연습 LUYỆN TẬP

밑줄 친 부분을 바꿔 연습하시오.

1. Thông thường có thể giao hàng trong vòng <u>hai tháng</u> sau khi nhận được thư tín dụng.

   a. một tháng

   b. bốn tuần

   c. hai mươi lăm ngày

2. Nếu muốn phía ông giao hàng vào <u>tháng sáu</u>, khi nào chúng tôi phải mở thư tín dụng?

   a. tháng chín

   b. tháng mười

   c. tháng năm

3. Bên anh phải mở thư tín dụng trước khi giao hàng <u>một tháng</u>.

a. ba mươi ngày

b. bốn tuần

c. một tháng rưỡi

4. Công ty chị có thể giao hàng vào <u>tháng tám năm nay</u> không?

    a. tháng một năm tới

    b. tháng ba năm tới

    c. tháng mười hai năm nay

5. Giao hàng vào <u>trung tuần tháng tư</u>, thế thì tốt quá!

    a. thượng tuần tháng hai

    b. trung tuần tháng bảy

    c. hạ tuần tháng mười một

6. Ở bên nước tôi, <u>tháng chín</u> là <u>thời điểm tung ra thị trường</u> sản phẩm này.

    a. trước Tết nguyên đán, mùa tiêu thụ mạnh

    b. trước Lễ giáng sinh, thời điểm bán chạy

    c. trước Tết trung thu, lúc bán được nhất

7. Phải <u>xếp hàng lên tàu</u> trước tháng mười, nếu không sẽ trễ mùa tiêu thụ.

    a. giao hàng

    b. chuẩn bị hàng

    c. trữ hàng

8. <u>Đầu tháng ba</u>, đây là thời điểm giao hàng sớm nhất chúng tôi có thể đáp ứng.

   a. Giữa tháng tư

   b. Cuối tháng năm

   c. Ngày 18 tháng 9

9. Chúng tôi sẽ cố gắng giao hàng trước <u>quý bốn</u> năm nay.

   a. quý một

   b. quý hai

   c. quý ba

10. Nếu chúng tôi chọn <u>Cảng Sài Gòn</u>, bên anh có thể giao hàng trước quý một không?

   a. Cảng Busan

   b. Cảng Hải Phòng

   c. Cảng Incheon

ĐIỀU KIỆN XẾP DỠ
선적 조건

PHẦN I. 문장 CÂU

1. Anh nghĩ sao về thời gian xếp hàng?
   선적되는 시간에 대해 어떻게 생각하십니까?

2. Chúng tôi thường áp dụng điều kiện xếp hàng định kỳ.
   우리는 보통 일정하게 정해져 있는 선적 조건을 적용해요.

3. Lô hàng này của chúng tôi, anh có thể giúp xếp hàng ngay được không?
   우리의 이번 화물을 바로 선적해 주실 수 있습니까?

4. Yêu cầu chúng tôi chuẩn bị toàn bộ hàng hóa trong vòng mấy tuần là không thể được.
   몇 주 내로 모든 화물을 준비하라고 요청하시는데 맞추어 드리기 어렵습니다.

5. Nếu vậy thời gian xếp hàng lên tàu cho lô hàng của chúng tôi là khi nào?
   만약에 그렇다면 우리 화물이 배에 실릴 시간은 언제인가요?

6. Cảng đến của lô hàng này không nằm trên hải trình, do đó họ yêu cầu cho phép chuyển vận.
   이 화물이 도착할 항구가 루트에 없기 때문에 그들이 다른 선박에 환적하도록 요청했습니다.

7. Hàng hóa chuyển vận phải mất thêm thời gian vận chuyển, vả lại dễ gây ra hư hao.

환적화물은 운반시간이 더 걸리는데다가 파손당할 우려가 있습니다.

8. Hàng hóa chuyển vận phải chịu thêm các chi phí phụ, điều này bất lợi cho chúng tôi.

환적 화물은 추가비용을 부담해야 해서 우리한테 좋지 않습니다.

9. Chúng tôi hy vọng anh nghĩ đến biện pháp khác.

다른 해결방안을 생각해 주셨으면 합니다.

10. Thế này đi, chúng tôi xếp hàng sớm hơn nửa tháng, anh thấy thế nào?

이렇게 합시다. 우리는 선적 날짜를 15일 앞당기는 것이 어떻겠습니까?

11. Số lượng hàng mà ông đặt lần này rất lớn.

당신이 이번에 주문하신 양이 아주 많습니다.

12. Lô hàng mà chúng tôi đặt lần này đều là hàng thời vụ, cho nên tốt nhất là xếp hàng một lần.

우리가 이번에 주문하는 상품은 계절상품이기 때문에 한꺼번에 선적하는 것이 좋습니다.

13. Nếu cần thì chúng tôi có thể phụ trách việc thuê tàu vận chuyển.

필요하시다면 우리는 운송 선박 용선을 담당할 수 있습니다.

14. Thôi được, vì sự hợp tác về sau, chúng tôi đồng ý xếp hàng nhiều đợt.

좋습니다. 향후 업무의 협조를 위해서 우리는 부분적으로 나누어 선적하는 것에 동의합니다.

15. Điều này tiện cho việc xếp hàng tại cảng gần nguồn hàng,

cũng tiện cho việc kết toán.

화물의 원산지에서 가까운 항구에서 선적하기 때문에 편리하기도 하기도 하지만, 대금의 정산에도 편리합니다.

17. Chúng tôi định thuê Công ty Tàu biển Việt Nam chở hàng.

운송은 우리가 베트남 해운회사에 부탁하려고 합니다.

17. Vậy cho phép có biên độ linh động về số lượng hàng xếp chứ?

그러면 선적량에 약간의 변동이 있을 수 있을 것 같은데 괜찮을까요?

18. Có thể có chênh lệch, nhưng mỗi lô không được vượt quá 5% số lượng dự kiến xếp.

차이가 가능하지만 매번 화물은 적재 예상량의 5%를 넘게 실으면 안 됩니다.

19. Sai số sau cùng được tính theo giá hợp đồng.

차이가 나는 선적량은 계약 가격대로 정산될 것입니다.

20. Sau khi hàng hóa đã được chuẩn bị sẵn sàng, anh nên cho xếp hàng trong vòng từ 15 ngày đến 25 ngày.

화물이 다 준비된 후에 15일에서 25일 이내에 선적을 하시는 것이 좋습니다.

21. Bây giờ chúng ta bàn về điều kiện giao hàng FOB của lô hàng này nhé.

지금 이번 화물에 대한 FOB 납품 조건에 대해 의논합시다.

22. Bên mua các anh phụ trách việc đặt tàu, kho bãi đồng thời báo cho bên tôi lịch tàu, tên tàu kịp thời.

사는 사람인 선생님 쪽은 용선, 창고를 담당하여 주시고 정확한 시간에 저희 쪽에 선박 스케줄과 선박 명칭을 알려 주시기 바랍니다.

23. Chúng tôi chịu toàn bộ chi phí cho đến khi hàng hóa được chuyển sang tàu vận tải.

저희는 본선에 실리기 전까지의 모든 비용을 부담합니다.

24. Bao gồm bất kỳ chi phí thuế quan đòi hỏi cho xuất khẩu và tất cả phí thủ tục xuất khẩu.

수출을 위한 관세와 수속 비용을 모두 다 포함합니다.

25. Phía anh cũng phải thông báo cho chúng tôi tên tàu, số ngày dự kiến xếp hàng, lượng hàng xếp, đại lý tàu 10 ngày trước khi xếp hàng.

선생님 쪽 역시 선적 10일 전에 저희에게 선박명칭, 선적일정, 선적량, 선박회사 대리점 등을 알려주셔야 합니다.

PHẦN II.　회화 HỘI THOẠI  

1. **Hai người đang bàn về thời gian xếp hàng**(두 사람이 선적 시간에 대해 토의 중이다.)

   Ⓐ Anh nghĩ sao về thời gian xếp hàng?

   당신은 선적시간에 대해 어떻게 생각합니까?

   Ⓑ Chúng tôi thường áp dụng điều kiện xếp hàng định kỳ.

   우리는 보통 일정하게 정해져 있는 선적 조건을 적용해요.

   Ⓐ Anh có thể giúp xếp hàng sớm được không?

   선적을 더욱 빨리 끝낼 수 있도록 도와주시겠습니까?

   Ⓑ Tôi không thể giúp anh được.

저는 도와 드릴 수 없습니다.

Chuẩn bị toàn bộ hàng hóa trong vòng mấy tuần là không thể được.

모든 제품을 몇 주 안에 준비하는 것이 불가능하겠군요.

Ⓐ Nếu vậy thời gian xếp hàng cho lô hàng của chúng tôi là khi nào?

그렇다면 우리 제품이 선적될 날짜는 언제입니까?

Ⓑ Cuối tháng chín hoặc đầu tháng mười.

9월 초 또는 10월 말입니다.

2. Anh Tuấn đồng ý chuyển vận khi nhà sản xuất đề nghị xếp hàng sớm hơn nửa tháng(뚜언 씨는 생산업체가 보름 더 일찍 선적하자는 제의에 대해 환적하여 운송하는 것에 동의한다.)

Ⓐ Anh Tuấn, tôi vừa mới nhận được thông tin từ Công ty Vận tải biển Sunny.

뚜언씨, 저는 조금 전에 써니해운회사로부터 소식을 들었어요.

Cảng đến của lô hàng này không nằm trên hải trình, do đó họ yêu cầu cho phép chuyển vận.

이 제품들의 도착항구가 노선(루트)에 없기 때문에 환적하여 운송하는 것에 대해 허락해 줄 것을 요구했어요.

Ⓑ Hàng hóa chuyển vận phải mất thêm thời gian vận chuyển, vả lại dễ gây ra hư hao.

제품을 환적하여 운송하면 운송시간이 더 걸리고 게다가 파손당할 우려가 있어요.

Chúng tôi mong được vận chuyển thẳng.

우리는 목적지에 환적하지 않고 바로 운송되었으면 좋겠어요.

Ⓐ Bây giờ thuê tàu khác e rằng không kịp.
제 생각에는 지금 다른 배를 빌리면 시간이 안 될 것 같아요.
Chúng tôi đành yêu cầu chuyển vận.
우리는 환적하여 운송하도록 요청해야 해요.

Ⓑ Hàng hóa chuyển vận phải chịu thêm các chi phí phụ, điều này bất lợi cho chúng tôi.
환적하어 운송하는 상품은 추가적인 비용이 더 들 것이고, 이 일은 우리에게 좋지 않습니다.
Chúng tôi hy vọng anh nghĩ đến biện pháp khác.
다른 해결방안을 생각해 주셨으면 합니다.

Ⓐ Vậy chúng tôi xếp hàng sớm hơn nửa tháng, anh thấy thế nào?
그럼 우리는 보름 일찍 선적할거예요. 당신 생각은 어떻습니까?

Ⓑ Thế cũng được, chúng tôi đồng ý chuyển vận.
그러면 좋죠, 우리는 환적하여 운송하는 것으로 동의하겠습니다.

3. **Ông Won Sung Hee đồng ý xếp hàng làm nhiều đợt sau khi bàn bạc với nhà cung cấp**(원성희씨는 공급자와 회의 후 여러 단계에 걸친 선적을 동의한다)

Ⓐ Ông Won Sung Hee, số lượng hàng mà ông đặt lần này rất lớn.
원성희씨, 이번 주문하신 양이 아주 많습니다.
Để tiện cho việc chuẩn bị hàng hóa và thu xếp tàu bè, chúng tôi hy vọng ông cho phép xếp hàng làm nhiều đợt.
상품 준비와 선박 예약의 편리함을 위해 여러 단계에 걸쳐 선적할 수 있도록 허락해 주셨으면 합니다.

Ⓑ Lô hàng mà chúng tôi đặt lần này đều là hàng thời vụ, cho nên tốt nhất là xếp hàng một lần.

우리가 이번에 주문하는 상품은 계절상품이기 때문에 한꺼번에 선적하는 것이 좋습니다.

Ⓐ Không có cách nào thuê một lúc được nhiều kho bãi như thế.

그렇게 많은 양을 보관할 수 있는 항구의 물류창고를 한번에 빌릴 방법이 없습니다.

Hơn nữa hàng hóa không phải tập trung tại một địa điểm vận chuyển, cho nên hy vọng ông đồng ý xếp hàng làm nhiều đợt.

게다가 상품은 한 운송 지점에서 집중적으로 처리할 수 없으므로 여러 차례에 걸쳐 선적할 수 있도록 허락해 주시기 바랍니다.

Ⓑ Nếu cần thì chúng tôi có thể phụ trách việc thuê tàu vận chuyển.

필요하시다면 우리는 운송 선박 용선을 담당할 수 있습니다.

Ⓐ Nhưng hợp đồng theo giá CIF mà.

하지만 CIF 운임 조건 계약인걸요.

Ⓑ Thôi được, vì sự hợp tác về sau, chúng tôi đồng ý xếp hàng nhiều đợt.

좋습니다. 향후 업무의 협조를 위해서 우리는 부분적으로 나누어 선적하는 것에 동의합니다.

Ⓐ Cảng xếp hàng là Cảng Sài Gòn phải không?

선적 항구가 사이공 항구 맞습니까?

Ⓑ Thông thường chúng tôi quy định cảng xếp hàng là "cảng Thành phố Hồ Chí Minh".

통상적으로 우리는 선적 항구는 "호찌민시에 있는 항구"라고 규정합니다.

Điều này tiện cho việc xếp hàng tại cảng gần nguồn hàng, cũng tiện cho việc kết toán.

화물의 원산지에서 가까운 항구에서 선적하기 때문에 편리하기도 하기도 하지만, 대금의 정산에도 편리합니다.

4. Anh Tứ và đối tác đang bàn về việc thuê tàu và sai số trong việc xếp hàng(뜨 씨와 사업 파트너는 선박 용선과 선적시 선적량의 차이에 대해 토론 중이다)

Ⓐ Anh Tứ, hàng hóa với khối lượng lớn như phân bón nên do bên bán thu xếp việc thuê tàu.

뜨 씨, 비료처럼 부피가 큰 상품들은 판매자 쪽에서 선박용선에 대해 담당해야 합니다.

Ⓑ Chúng tôi định thuê Công ty Vận tải biển Việt Nam.

우리는 베트남 해운회사에서 용선할 예정입니다.

Ⓐ Vậy thì tốt quá.

그럼 좋죠.

Vậy cho phép có biên độ linh động về số lượng hàng xếp chứ?

그러면 선적량에 약간의 변동이 있을 수 있을 것 같은데 괜찮을까요?

Ⓑ Có thể có chênh lệch, nhưng không được vượt quá 5% số lượng dự kiến xếp.

차이가 가능하지만, 매번 화물은 적재 예상량의 5%를 넘게 실으면 안 돼요.

Ⓐ Sai số tính thế nào?

선적량이 차이나는 것에 대한 계산은 어떻게 합니까?

Ⓑ Sai số sau cùng được tính theo giá hợp đồng.

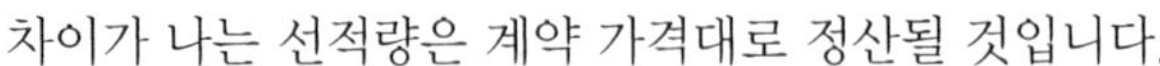

차이가 나는 선적량은 계약 가격대로 정산될 것입니다.

Ⓐ Sau khi hàng hóa đã được chuẩn bị sẵn sàng, anh hãy cho xếp hàng trong vòng từ 15 đến 25 ngày.

상품 준비가 다 된 후에 15일부터 25일 이내에 선적해 주세요.

Nếu không phí lưu kho do bên anh chịu.

그렇게 하지 않으면 창고보관 비용을 당신 쪽에서 지불하셔야 합니다.

5. Hai bên đang bàn bạc về vận chuyển, xếp hàng(서로 운송, 선적 등에 대하여 토론 중이다)

Ⓐ Bây giờ chúng ta bàn về điều kiện giao hàng FOB của lô hàng này nhé.

지금 우리 이 상품의 FOB 납품 조건에 대해 이야기해 봅시다.

Ⓑ Vâng.

예.

Ⓐ Bên mua các anh phụ trách việc đặt tàu, kho bãi đồng thời báo cho chúng tôi lịch tàu, tên tàu kịp thời.

구매자인 귀사에서 선박을 용선하고 항구에서 제품을 보관할 창고를 책임지는 것과 함께 저희에게 선박명과 스케줄을 알려 주십시오.

Ⓑ Trách nhiệm bên anh đến khi nào thì hết?

귀사의 책임은 언제까지면 끝납니까?

Ⓐ Đến khi hàng hóa qua lan can tàu tại cảng xếp hàng.

선적항에서 상품이 배의 난간을 넘어가면 끝납니다.

Ⓑ Toàn bộ phí vận chuyển do bên anh phịu khải không?

운송비 전부를 당신 쪽에서 지불합니까?

Ⓐ Đúng, chúng tôi chịu toàn bộ chi phí cho đến khi hàng hóa được chuyển sang tàu vận tải.

예, 우리는 상품이 운송하는 배에 실릴 때까지의 비용 전부를 책임집니다.

Ⓑ Bao gồm những chi phí nào?

어떤 비용들이 포함됩니까?

Ⓐ Bao gồm toàn bộ phí thủ tục xuất khẩu và chi phí thuế quan.

수출 수속 비용과 관세 비용을 모두 포함합니다.

Ⓑ Để tiện cho chúng tôi thu xếp kho bãi, bên anh phải thông báo cho chúng tôi số lượng hàng hóa, cảng xếp hàng và thời gian dự kiến hàng đến cảng trước 30 ngày.

그리고 우리에게 충분하게 항구 주변의 물류창고를 알아보고 준비할 수 있도록 당신 쪽은 30일 전에 우리에게 상품수량, 선적항 그리고 선적화물의 도착 예정 시간을 알려주셔야 합니다.

Ⓐ Vâng. Phía anh cũng phải thông báo cho chúng tôi tên tàu, số ngày dự kiến xếp hàng, lượng xếp dỡ, đại lý tàu 12 ngày trước khi xếp hàng.

예, 당신 쪽에서도 역시 선적 12일 전에 선박명과 선적예정날짜, 선적량, 선박회사 대리점을 저희쪽에 알려주셔야 합니다.

PHẦN III. 새 단어 TỪ MỚI

1. xếp hàng	선적(하다)
2. điều kiện	조건
3. định kỳ	정기적
4. công ty vận tải biển	운송 회사
5. hải trình	해정
6. cho phép	허락(하다)
7. chuyển vận	다른 배로 옮겨 싣다
8. hư hao	손해
9. vận chuyển thẳng	직접 운송
10. thuê tàu	용선(하다)
11. chi phí phụ	부가 비용
12. nhà cung cấp	공급자
13. hàng thời vụ	계절적 화물
14. nguồn hàng	화물 출처
15. kết toán	결산(하다)
16. khối lượng lớn	부피가 크다
17. độ linh động	유통성
18. sai số	차액
19. phí lưu kho	창고 비용
20. chịu	부담하다
21. giao hàng	납품(하다)
22. phụ trách	담당하다
23. lịch tàu	선박 일정
24. tàu vận tải	운송 선박
25. bao gồm	포함하다

26. thuế quan   관세
27. phí thủ tục   수속 비용
28. số lượng hàng hóa   화물 수량
29. ngày giờ dự kiến   예정 일시
30. quy định   규정(하다)
31. lượng xếp dỡ   선적량

PHẦN IV. 문법과 해설
NGỮ PHÁP VÀ GIẢI THÍCH

1. Nếu vậy

- "Nếu vậy"의 의미는 한국말의 "그러면"와 차이가 없다. "Nếu thế" 와 대치할 수 있다.

(예) **Nếu vậy** thời gian xếp hàng lên tàu cho lô hàng của chúng tôi là khi nào?

그러면 우리의 화물을 배에 실릴 시간은 언제 입니까?

Nếu vậy anh sẽ đồng ý với kế hoạch đó chứ?

그러면 그 계획에 동의할까요?

Nếu thế tôi sẽ không đi.

그러면 나는 안 갈 거예요.

2. Vả lại

- "Vả lại"의 용법은 한국말의 "(으)ㄴ/는데다가" 또는 "게다가"와 비슷 하다. 보통 어떤 것에 무언가를 보충하려면 사용하는 말이다.

㈜ Hàng hóa chuyển vận phải mất thêm thời gian vận chuyển, **vả lại** dễ gây ra hư hao.

옮겨싣는 화물은 운반 시간이 더 걸리는데다가 손상 입히기 쉽습니다.

Chị ấy có năng lực, **vả lại** làm việc cũng chăm chỉ.

그녀는 능력이 있고 게다가 일도 열심히 합니다.

3. 백분율(%)

• 백분율은 베트남말로 "phần trăm"이라고 불린다.

㈜ Mỗi lô hàng không được vượt quá **5%**(năm phần trăm) số lượng dự kiến xếp.

매번 화물은 적재 예상량의 5% 초과하면 안 돼요.

Giá sản phẩm này đã tăng **10%**(mười phần trăm) so với năm rồi.

이 상품의 가격은 작년에 비해 10% 증가했다.

4. Theo

• "Theo"는 명사 앞에서 사용되는데 의미와 용법은 한국말의 "대로"와 거의 같다.

㈜ Sai số sau cùng được tính **theo** giá hợp đồng.

최종 차액은 계약 가격대로 계산될 것입니다.

Chúng tôi sẽ làm **theo** lời giám đốc.

우리는 사장님의 말씀대로 하겠습니다.

PHẦN V. 연습 LUYỆN TẬP

밑줄 친 부분을 바꿔 연습하시오.

1. Ông có thể cho <u>xếp hàng ngay</u> cho lô hàng này của chúng tôi không?

   a. xếp hàng định kỳ
   b. xếp hàng làm nhiều đợt
   c. chuyển vận

2. Chúng tôi ấn định kỳ hạn xếp hàng là <u>tháng mười</u> năm nay.

   a. tháng sáu
   b. tháng chín
   c. tháng mười hai

3. Chúng tôi đề nghị được <u>chuyển vận</u>.

   a. vận chuyển thẳng
   b. xếp hàng ngay
   c. xếp hàng làm nhiều đợt

4. Chúng tôi <u>hy vọng</u> tốt nhất là vận chuyển thẳng.

   a. đề nghị
   b. kiến nghị
   c. yêu cầu

5. Cảng xếp hàng là Cảng Sài Gòn phải không?

   a. Cảng Cần Thơ
   b. Cảng Thị Vải
   c. Cảng Cái Lân

6. Hàng hóa với khối lượng lớn như phân bón nên do bên bán thu xếp việc thuê tàu, điều này
   tiện lợi cho cả hai phía.

   a. gạo
   b. lúa mì
   c. ngũ cốc

7. Chúng tôi định thuê Công ty Vận tải biển Việt Nam chở hàng.

   a. Tập đoàn Vận tải biển Sunny
   b. Công ty Vận tải Vĩnh Gia
   c. Công ty Dịch vụ hàng hải Bình Chư

8. Biên độ linh động cho mỗi lô hàng không vượt quá năm phần trăm(5%) số lượng hàng dự kiến xếp.

   a. bốn phần trăm(4%)
   b. ba phần trăm(3%)
   c. hai phần trăm(2%)

9. Sau khi hàng hóa đã chuẩn bị sẵn sàng, anh nên cho tàu vào bờ bốc hàng trong vòng từ 15 ngày đến 25 ngày.

   a. từ 10 ngày đến 20 ngày

   b. từ 20 ngày đến 30 ngày

   c. khoảng hai tuần

10. Bên anh phải thông báo cho chúng tôi <u>lịch tàu</u> trước <u>30 ngày</u> của tháng xếp hàng theo quy định trong hợp đồng.

   a. số lượng hàng hóa, 20 ngày

   b. cảng xếp hàng, 15 ngày

   c. ngày giờ dự kiến hàng đến nơi, ba tuần

ĐÓNG GÓI
포장

PHẦN I. 문장 CÂU

1. Chúng ta bàn một tí về việc đóng gói được chứ?
   우리는 포장에 대해 좀 의논해도 될까요?

2. Lô hàng áo tơ tằm nữ mà chúng tôi đặt, không biết phía anh định đóng gói thế nào?
   우리가 주문한 여성 명주옷은 어떻게 포장하려고 하실지 모르겠습니다.

3. Cách đóng gói cho áo tơ tằm là một cái xếp trong một bao PE.
   명주옷을 위한 포장 방법은 한 PE 봉지에 하나 넣습니다.

4. 10 lố xếp vào một thùng giấy.
   10다스는 한 종이 박스에 넣습니다.

5. Khi xếp vào thùng, tốt nhất mỗi thùng xếp 2 đến 3 kiểu.
   박스에 넣을 때 한 박스에 2나 3 모양을 넣어 주시면 좋겠습니다.

6. Dùng loại thùng giấy này để vận chuyển đường biển e rằng không đủ độ chắc chắn.
   해운을 위해 이런 종이 박스를 사용하는 것이 튼튼하지 못할 것 같습니다.

7. Anh có thể chuyển sang dùng thùng gỗ được không?
   나무로 만든 상자를 사용하면 안 됩니까?

8. Thùng giấy tương đối nhẹ, dễ vận chuyển.
   종이 박스는 꽤 가볍고 운숭하기 쉽습니다.

9. Có giải pháp gia cố thêm không?
   보강 방법이 있습니까?

10. Bất luận dùng loại thùng gì, chỉ cần phù hợp với vận chuyển đường biển, có thể chịu được chấn động và va chạm là được.
    어떤 박스를 사용해도 해운에 적합하고 진동과 충돌을 견딜 수 있으면 됩니다.

11. Nếu để thùng giấy chất ở cảng lộ thiên, hơi ẩm và nước mưa có thể thẩm thấu vào trong.
    종이 박스를 노천 항구에 놓으면 습기와 빗물이 안에 침투할 수 있습니다.

12. Không biết bên anh có cách xử lý chống thấm nào không?
    혹시 방수 처리 방법이 있습니까?

13. Trong thùng giấy có bọc bao nhựa chống thấm.
    종이 박스 안은 방수 봉지가 입혀 있습니다.

14. Thùng giấy dễ bị xé mở, điều này làm gia tăng nguy cơ mất trộm.
    종이 박스는 찢기가 쉽기 때문에 절도 위험을 줍니다.

15. Nếu anh kiên quyết, chúng tôi sẽ sử dụng thùng gỗ.
    선생님이 꼭 그렇게 원하시면 우리는 목재 상자를 사용하겠습니다.

16. Lô hàng đồ chơi này anh định dùng cách đóng gói nào?
    이 완구는 어떤 포장 방법을 사용하시려고 할까요?

17. Chúng tôi thường dùng hộp giấy đóng gói cho đồ chơi.
    우리는 보통 종이 박스를 사용해서 완구를 포장합니다.

18. Chúng tôi hy vọng kiểu dáng và màu sắc có quan tâm đến tâm lý và tập quán của người phương Tây.

모양과 색깔은 서양 사람의 심리와 습관에 대한 관심을 가지고 있으면 좋겠습니다.

19. Đây là kiểu thiết kế bao bì của chúng tôi.

이것이 우리의 포장 디자인입니다.

20. Chúng tôi cũng hy vọng có thể cải tiến việc đóng gói.

우리도 포장을 개선할 수 있으면 좋겠습니다.

21. Lô đồ hộp mà chúng tôi đặt mua lần này không thể sử dụng nhãn hiệu của phía anh được.

우리가 이번에 주문하는 통조림은 선생님의 상표를 사용하지 못합니다.

22. Nhãn hiệu này cùng đã được đại đa số khách hàng và nhà nhập khẩu nước ngoài chấp nhận.

이 상표 역시 대부분 외국 거래처와 수입자가 받아들였는데요.

23. Nếu không, lô hàng này không thể thông quan được.

그렇지 않으면 이 화물은 통관할 수 없습니다.

24. Đối tác của tôi ở đó sẽ dán nhãn hiệu phù hợp quy định lên bề mặt.

거기에 있는 우리의 거래처는 규정에 맞는 상표를 표면에 붙일 겁니다.

25. Chúng tôi phải có trách nhiệm đối với thương hiệu sản phẩm của mình.

우리는 자기 상품의 상표에 대해 책임져야 합니다.

PHẦN II. 회화 HỘI THOẠI 

1. Anh Tuấn và đối tác đang bàn về cách đóng gói áo tơ tằm(뚜언 씨와 파트너는 명주옷 포장 방법에 대해 토론 중이다)

(A) Anh Tuấn, chúng ta bàn một tí về việc đóng gói được chứ?

뚜언 씨, 우리 포장 일에 대해 잠시 토론 할까요?

(B) Vâng.

예.

(A) Hàng áo tơ tằm nữ mà chúng tôi đặt, không biết phía anh định đóng gói thế nào?

우리가 주문한 여성 명주옷 상품은 당신 쪽에서 어떻게 포장하기로 되어있는지 몰라요.

(B) Cách đóng gói cho áo tơ tằm là xếp trong bao PE.

명주옷 포장 방법은 PE 포장지로 감싸는 것이에요.

Cách này thuận tiện cho việc tiêu thụ.

이 방법은 소비에 편리해요.

(A) Tốt lắm.

좋아요.

Như thế có thể bày trực tiếp ra quầy hàng.

그럼 매장에 직접 전시할 수 있겠네요.

Đóng gói bên ngoài thế nào?

겉 포장은 어떻게 하죠?

(B) 10 lố xếp vào một thùng giấy.

한 종이 상자에 10 다스를 넣어요.

Trọng lượng mỗi thùng khoảng 25kg.

각 상자 중량은 25 kg쯤이에요.

Ⓐ Hãy xếp giúp 2 đến 3 kiểu vào một thùng.

한 상자에 2~3 가지를 넣어 주세요.

Như thế thuận tiện cho việc phân phối đến các cửa hàng bán lẻ.

그럼 소매상에 분배하기가 편해요.

2. Anh Tú đang thảo luận với khách hàng về phương thức đóng gói cho hàng hóa vận chuyển đường biển(뚜 씨는 손님과 해운 화물을 위한 포장 방식에 대해 토론 중이다)

Ⓐ Anh Tú, dùng loại thùng giấy này để vận chuyển đường biển e rằng không được chắc chắn.

뚜씨, 해운을 위해 이런 종이 상자를 사용하면, 제 생각에 튼튼하지 않을 것 같군요.

Anh có thể chuyển sang dùng thùng gỗ được không?

나무 상자로 바꿀 수 있습니까?

Ⓑ Chúng tôi dùng loại thùng giấy chắc chắn.

우리는 튼튼한 종이 상자를 사용해요.

Thùng giấy tương đối nhẹ, dễ vận chuyển.

종이 상자는 상당히 가볍고 운송하기도 쉬워요.

Vả lại thùng giấy thường không xếp cùng các kiện hàng nặng.

게다가 종이 상자는 보통 무거운 짐과 같이 싣지 않아요.

Ⓐ Có giải pháp gia cố thêm không?

추가로 보강 방법이 있나요?

Ⓑ Có, chúng tôi dùng phương pháp gia cố bằng dây băng thép.

있습니다. 우리는 철끈으로 보강하는 방법을 사용해요.

Ⓐ Bất luận dùng loại thùng gì, chỉ cần phù hợp với vận chuyển đường biển, có thể chịu được chấn động và va chạm là được.

어떤 상자를 사용하든지, 단지 해운에 부합되고 진동과 충돌에 견딜 수만 있으면 됩니다.

Ⓑ Xin anh an tâm về điều này.

걱정마시고 안심하세요.

3. **Anh Tứ cùng đối tác bàn cách đóng gói cho hàng hóa chuyển vận**(뜨 씨는 파트너와 함께 중계운송 상품에 대한 포장 방법을 토론한다)

Ⓐ Anh Tứ, lô hàng này chúng tôi chuyển vận ở Sài Gòn hoặc Singapore.

뜨씨, 이 상품은 우리가 사이공 또는 싱가폴에 중계운송합니다.

Nếu chất thùng giấy ở cảng lộ thiên, hơi ẩm và nước mưa có thể thẩm thấu vào trong.

만약 노천 항구에 종이 상자를 쌓아두면, 습기와 빗물이 상자 안으로 침투할 수 있습니다.

Không biết anh có cách xử lý chống thấm nào không.

당신이 어떤 방수처리 방법을 가지고 있는지 궁금하군요.

Ⓑ Thùng giấy có bọc chất chống thấm.

종이 상자는 방수재질로 되어 있습니다.

Xin anh đừng lo.

걱정하지 마세요.

Ⓐ Thùng giấy dễ bị xé mở và có thể dễ dàng bị mất trộm.

종이 상자는 찢어져 열리기 쉽고, 쉽게 도둑맞을 수 있습니다.

Ⓑ Thùng giấy bị hỏng dễ bị phát hiện, điều này lại làm giảm khả năng mất trộm.

손상되는 종이 박스는 발견하기가 쉬워요. 이 일은 도둑맞을 가능성을 줄일 수 있습니다.

Ⓐ Tôi vẫn hơi lo lắng.

저는 여전히 걱정이 되는군요.

Anh có thể dùng thùng gỗ được không?

나무 상자를 쓰실 수 있습니까?

Ⓑ Nếu anh nhất định muốn như vậy, chúng tôi sẽ sử dụng thùng gỗ.

만약 당신이 꼭 그렇게 원하시다면, 우리는 나무 상자를 쓸 것입니다.

Nhưng chi phí đóng gói hơi cao, vả lại thời gian giao hàng chậm lại.

하지만 비용이 좀 비싼데다가 납품 시간 역시 늦습니다.

Ⓐ Vậy anh cứ đóng gói bằng thùng giấy vậy.

그럼 종이 상자로 포장해 주세요.

4. Anh Trung tiếp nhận mẫu thiết kế bao bì mới của đối tác cho công ty tham khảo(쭝 씨는 회사에서 참고하기 위한 파트너의 새로운 포장지 설계 견본을 받는다)

Ⓐ Lô hàng đồ chơi này anh Trung sẽ đóng gói như thế nào?

쭝 씨는 이 완구상품을 어떻게 포장하실 겁니까?

Ⓑ Chúng tôi thường dùng hộp giấy đóng gói cho đồ chơi.

우리는 보통 완구를 위한 포장은 종이 상자를 사용합니다.

Ⓐ Chúng tôi hy vọng bao bì có mỹ quan một chút.

우리는 미관이 좋은 포장지를 사용했으면 좋겠군요.

Ⓑ Anh xem đi. Đây là mẫu bao bì.

보세요. 이것은 포장지 견본입니다.

Ⓐ Chúng tôi hy vọng kiểu dáng và màu sắc có quan tâm đến tâm lý và tập quán của người phương Tây.

우리는 서양 사람들의 습관, 심리적으로 관심 있는 색깔과 외관스 타일을 사용했으면 좋겠군요.

Ⓑ Nếu anh có mẫu thiết kế hay hơn thì hãy đề xuất cho chúng tôi.

만약 당신이 더 좋은 설계가 있다면 우리에게 제안하세요.

Chúng tôi sẽ đưa cho công ty tham khảo.

우리는 회사에 참고로 주겠습니다.

Ⓐ Đây là kiểu thiết kế bao bì của chúng tôi.

이것은 우리의 포장지 설계입니다.

Ⓑ Tốt lắm.

좋습니다.

Chúng tôi hy vọng có thể cải tiến việc đóng gói.

우리는 포장을 개선할 수 있다면 좋겠습니다.

5. Đối tác yêu cầu anh Vinh không dùng nhãn hiệu vốn có cho **lô hàng đồ hộp**(파트너는 빈 씨에게 통조림 상품을 위한 본래 있던 상표를 사용하지 말것을 요구한다)

Ⓐ Anh Vinh, theo quy định của nước tôi đối với việc nhập khẩu thực phẩm, lô hàng đồ hộp mà chúng tôi đặt mua lần này không thể sử dụng nhãn hiệu của phía anh được.

빈 씨, 우리 나라의 식품 수입에 대한 규정에 따라 우리가 이번에
구매하기로 한 통조림은 당신 회사의 상표를 사용할 수 없습니다.

Ⓑ Tại sao vậy?

왜 그렇죠?

Đồ hộp và các loại thực phẩm đóng gói khác của
chúng tôi đã được tiêu thụ rộng rãi trên thế giới.

우리의 통조림과 다른 포장식품 종류들은 세계에 널리 팔리게 되었
습니다.

Nhãn hiệu này cũng đã được đại đa số khách hàng và
nhà nhập khẩu nước ngoài chấp nhận.

이 상표는 대다수 손님과 외국 수입업자들도 받아들였습니다.

Ⓐ Tôi cũng biết điều này nhưng chúng tôi phải chấp
hành pháp luật của nước tôi.

저도 이것을 알지만 우리는 우리 나라의 법률에 따라야 합니다.

Ⓑ Vậy anh nghĩ sao?

그럼 당신은 어쩌실 생각입니까?

Ⓐ Anh có thể giao hàng đồ hộp không có nhãn hiệu tại
Cảng Sài Gòn được không?

당신은 상표가 없는 통조림 상품을 사이공항에서 납품할 수있습
니까?

Đối tác của tôi ở đó sẽ dán nhãn hiệu phù hợp với
quy định lên bề mặt.

우리의 파트너가 그 곳에서 표면에 규정을 따른 상표를 붙일 것입
니다.

Ⓑ Chúng tôi phải có trách nhiệm đối với thương hiệu
sản phẩm của mình.

우리는 상품 상표에 대해 책임이 있어야 합니다.

Tuy nhiên nếu yêu cầu của anh hợp lý, chúng tôi có

the chấp nhận.

그렇지만 당신의 요구가 합리적이라면 우리는 받아들일 수 있습니다.

Ⓐ Vậy cám ơn anh nhiều lắm.

그러면 매우 고맙지요.

PHẦN III. 새 단어 TỪ MỚI

1.	đóng gói	포장(하다)
2.	áo tơ tằm nữ	여성 명주옷
3.	cách đóng gói	포장 방법
4.	bao PE	PE 봉지
5.	thuận tiện	편하다, 편리하다
6.	tiêu thụ	소비(하다)
7.	quầy	가게
8.	lố	다스
9.	thùng giấy	종이 박스
10.	trọng lượng	중량
11.	phân phối	분배(하다), 유통(하다)
12.	cửa hàng bán lẻ	소매점
13.	chắc chắn	튼튼하다
14.	thùng gỗ	나무로 만든 상자
15.	giải pháp gia cố	보강 방법
16.	phù hợp	적합하다, 부합하다
17.	chấn động	진동(하다)

18. va chạm	충돌(하다)
19. cảng lộ thiên	노천 항구
20. hơi ẩm	습기
21. nước mưa	빗물
22. thẩm thấu	침투하다
23. chống thấm	방수(하다)
24. đồ chơi	완구
25. có mỹ quan	보기 좋다
26. tâm lý	심리
27. tập quán	습관
28. thiết kế	설계(하다), 디자인(하다)
29. tham khảo	참고(하다)
30. thực phẩm	식품
31. nhãn hiệu	라벨, 상표
32. nhà nhập khẩu	수입자, 수입업자
33. chấp hành	준수하다
34. pháp luật	법률
35. thông quan	통관(하다)
36. bề mặt	표면

PHẦN IV. 문법과 해설
NGỮ PHÁP VÀ GIẢI THÍCH

1. Thế nào

- "Thế nào"의 용법은 한국말에서 "어떻게" 또는 "어때요?"와 차이가

없다.

㈜ Không biết phía anh định đóng gói **thế nào**.

당신 쪽은 어떻게 포장하려고 할지 모르겠습니다.

Sản phẩm này thế nào?

이 제품은 어때요?

2. Đây là ….

- "Đây là…"는 한국말에 비해서 좀 특별한 구조이다. "이분이 …입니다" 또는 "이것이 …입니다"와 비슷하다.

㈜ **Đây là** kiểu thiết kế bao bì của chúng tôi.

이것이 우리의 포장 디자인입니다.

Đây là giám đốc của công ty chúng tôi.

이분이 우리 회사의 사장님입니다.

3. Cũng

- "Cũng"는 동사 또는 형용사 앞에서 사용되고 한국말의 "역시, 도" 또는 "어/아/여도"와 같다.

㈜ Chúng tôi **cũng** hy vọng có thể cải tiến việc đóng gói.

우리도 포장을 개선할 수 있으면 좋겠습니다.

Anh làm như thế **cũng** được.

당신은 그렇게 해도 돼요.

4. Không thể

- "Không thể"는 "có thể"(2과 참조)의 반대말이다. 보통 동사 앞에서

사용되고 의미는 "–(으)ㄹ 수 없다"이다.

㉠ Nếu không, lô hàng này **không thể** thông quan được.

그렇지 않으면 이 화물은 통관할 수 없습니다.

Chúng tôi **không thể** giảm giá thêm nữa.

가격은 우리가 더 이상 할인할 수 없습니다.

PHẦN V. 연습 LUYỆN TẬP

밑줄 친 부분을 바꿔 연습하시오.

1. Không biết phía anh đóng gói thế nào cho lô hàng <u>linh kiện máy vi tính</u> này?

   a. áo tơ tằm

   b. đồ chơi điện tử

   c. trái cây

2. Cách đóng gói cho <u>áo tơ tằm</u> là một <u>cái</u> xếp trong một <u>bao PE</u>.

   a. đồ chơi, bộ, hộp nhựa

   b. TV LCD, cái, thùng carton

   c. cà phê, 10 hộp, hộp giấy

3. Thông thường chúng tôi dùng <u>hộp giấy</u> đóng gói cho <u>đồ chơi</u>.

   a. thùng giấy, máy hát đĩa DVD

b. kiện gỗ, máy nén khí

c. bao PE, quần jean

4. Chúng tôi hy vọng đóng gói mỹ quan một tí.

   a. đẹp

   b. chắc chắn

   c. kỹ

5. Chúng tôi hy vọng kiểu dáng và màu sắc có quan tâm đến tâm lý của người phương Tây.

   a. tập quán, người phương Đông

   b. phong tục, người Việt Nam

   c. tâm lý, trẻ em

6. Đối với loại hàng này, 10 lố xếp vào một thùng giấy, trọng lượng khoảng 25kg.

   a. 20 cái, kiện, 100kg

   b. 10 cặp, hộp giấy, 50kg

   c. 1 cái, thùng gỗ, 5 tấn

7. Chúng tôi dùng thùng giấy carton.

   a. dây đai

   b. dây băng bằng sắt

   c. kiện gỗ

8. Thùng giấy loại này tương đối nhẹ.

   a. thùng gỗ, chắc chắn

   b. thùng thiết, kiên cố

   c. bao ny long, mỹ quan

9. Các anh có giải pháp <u>gia cố</u> gì không?

   a. chống thấm

   b. chống ẩm

   c. chống mốc

10. Bao bì loại này có giá <u>khá cao</u>.

   a. quá đắt

   b. vừa phải

   c. tương đối hợp lý

BẢO HIỂM
보험

1. Ông có thể nói về những {iều khoản chính của bảo hiểm hàng hóa vận tải biển của Công ty Bảo Minh được không?

   바오밍 회사의 해운화물보험 주요한 조항에 대해 말씀해 주시겠습니까?

2. Công ty bảo hiểm chịu trách nhiệm về những tổn thất gây ra bởi các nguyên nhân từ bên ngoài như tai họa thiên nhiên, sự cố ngoài mong đợi… trong quá trình vận chuyển.

   보험회사는 운송 과정에 발생하는 자연 화재, 예상외의 사고 등 외부 원인으로 인한 손실에 대해 칙임집니다.

3. Công ty bảo hiểm không chịu trách nhiệm bồi thường cho những hành vi cố ý của bên được bảo hiểm.

   보험회사는 보험 가입자의 고의적인 행위에 대해 책임지지 않습니다.

4. Điều khoản chính có 3 loại là bảo hiểm miễn tổn thất riêng(FPA), bảo hiểm bao gồm tổn thất riêng(WPA) và bảo hiểm mọi rủi ro(All Risks), ngoài ra còn có bảo hiểm rủi ro phụ đặc biệt.

   주요한 조항은 단독 손해 무담보 보험, 단독 손해 담보 보험, 전 위험 담보 보험인 3 종류가 있습니다. 그 밖에는 특별한 부가 위험 보험이 있습

니다.

5. Trách nhiệm bảo hiểm kéo dài đến 60 ngày sau khi xếp dỡ hàng hóa được bảo hiểm khỏi tàu tại cảng xếp dỡ sau cùng.
보험 책임은 최종 항구에서 보험된 화물을 선박에서 내린 후 60일까지 지속됩니다.

6. "Bảo hiểm mọi hàng hóa vận tải biển" hàm ý phạm vi hẹp hơn so với "bảo hiểm mọi rủi ro" phải không?
"모든 해운 화물 보험"은 "전 위험 담보 보험"보다 그 범위가 좁다는 뜻이지요?

7. Câu "bảo hiểm hàng hóa vận tải biển" chỉ bao gồm những rủi ro ngoài ý muốn trong quá trình vận chuyển.
"해운 화물 보험"이라는 말은 운송 과정에 발생하는 예상외의 위험들만 포함합니다.

8. "Bảo hiểm mọi hàng hóa vận tải biển", bồi thường tổn thất chỉ giới hạn ở những tổn thất gây ra bởi tai nạn trên biển và tổn thất bởi sự cố ngoài ý muốn trong vận tải biển.
"모든 해운 화물 보험"은 손실 배상이 바다에서 일어나는 사고, 그리고 해운상 의외의 사고에 인한 손실에만 한계가 있습니다.

9. "Bảo hiểm mọi rủi ro" thì toàn bộ những tổn thất như những sự cố ngoài ý muốn phát sinh bất kể trên biển hay trên đất liền, bất cứ lúc nào trong thời gian tham gia bảo hiểm đều được bồi thường.
"전 위험 담보 보험"은 보험 기간 동안 언제든지, 바다나 육지에서든지 일어나는 의외의 사고과 같은 손실들이 모두 다 배상됩니다.

10. Phạm vi trách nhiệm bảo hiểm của "bảo hiểm mọi hàng hóa vận tải biển" hạn chế hơn so với "bảo hiểm mọi rủi ro".

"전 위험 담보 보험"에 비해서 "전 해운 화물 보험"의 보험 책임 범위는 한정됩니다.

11. "Bảo hiểm bao gồm tổn thất riêng" và "bảo hiểm miễn tổn thất riêng" khác nhau như thế nào?

"단독 손해 담보 보험"과 "단독 손해 무담보 보험"은 어떻게 다릅니까?

12. "Bảo hiểm bao gồm tổn thất riêng" có phạm vi trách nhiệm rộng hơn ư?

"단독 손해 담보 보험"은 책임 범위가 더 넓습니까?

13. Vì vậy phí bảo hiểm cũng cao hơn "bảo hiểm miễn tổn thất riêng".

그래서 보험료도 "단독 손해 무담보 보험"보다 더 높습니다.

14. Phạm vi bảo hiểm của hai loại bảo hiểm cơ bản này như thế nào?

이 두 종류의 기본 보험의 보험 범위는 어떻습니까?

15. Phạm vi bảo hiểm được ghi trong thẻ bảo hiểm cơ bản và trong phần các điều khoản bảo hiểm.

보험 범위는 기본 보험증 그리고 보험 조항 부분에서 기록되어 있습니다.

16. Nếu ký hợp đồng lô hàng gạch lần này với giá CIF, ông mua bảo hiểm những rủi ro nào?

이번 벽돌 계약서가 CIF 가격으로 체결되면 어떤 위험의 보험을 신청할까요?

17. Chúng tôi chỉ mua "bảo hiểm bao gồm tổn thất riêng (WPA)", vì giá của chúng tôi không tính bất kỳ bảo hiểm

phụ nào vào.

우리의 가격은 부가 보험을 포함하지 않아서 우리는 "단독 손해 담보 보험"만 신청할 겁니다.

18. Ông có thể thêm bảo hiểm hỏng vỡ cho chúng tôi không?

파손 보험을 추가시켜 주실 수 있습니까?

19. Nếu anh yêu cầu, chúng tôi có thể thêm vào bảo hiểm hỏng vỡ.

선생님이 요구하시면 파손 보험을 추가시켜 드릴 수 있습니다.

20. Phí bảo hiểm gia tăng do bên mua chịu.

발생하는 보험료는 보험 신청자가 부담합니다.

21. Lô hàng này được ký hợp đồng với giá FOB, cho nên bên ông mua bảo hiểm.

이 화물은 FOB 가격으로 체결되기 때문에 선생님 쪽은 보험을 부담합니다.

22. Sau khi xếp hàng cho mỗi lô hàng, xin ông thông báo ngay cho chúng tôi biết để mua bảo hiểm kịp thời.

매번 선적을 한 후에, 제시간에 보험에 들기 위해서 우리한테 바로 알려 주십시오.

23. Ông định mua loại bảo hiểm nào?

선생님이 어떤 보험을 신청하려고 하십니까?

24. Thông thường nhận bảo hiểm bao gồm tổn thất riêng(WPA), nếu cần mua thêm bảo hiểm khác cũng được.

보통 "단독 손해 담보 보험"을 받아들이지만 필요하면 다른 보험을 신청하셔도 됩니다.

25. Lần này chúng tôi chuẩn bị mua bảo hiểm bao gồm tổn thất riêng và rủi ro về đình công, bạo động.

이번에는 우리가 파업이나 폭동의 위기를 포함하는 "단독 손해 담보 보험" 신청 준비를 합니다.

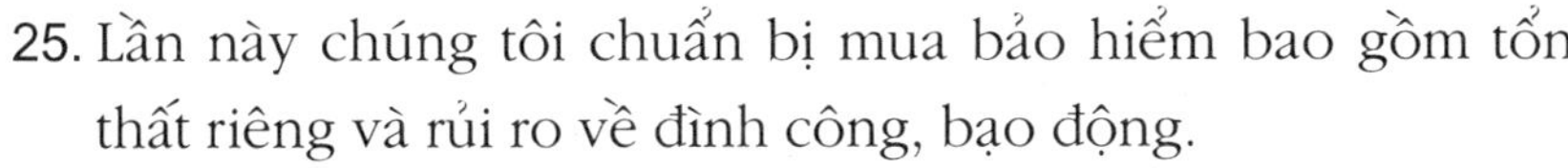  

PHẦN II. 회화 HỘI THOẠI

1. **Ông Minh và khách hàng đang nói chuyện về bảo hiểm hàng hóa vận tải biển.**(미스터 밍과 거래처는 해운화물보험에 대해 얘기하고 있다)

   Ⓐ Ông Minh, ông có thể nói về những điều khoản chính của bảo hiểm hàng hóa vận tải biển của Công ty Bảo Minh được không?

   미스터 밍, 바오밍 회사의 해운화물보험의 주요조항에 대해 말씀해 주시겠습니까?

   Ⓑ Được. Công ty bảo hiểm chịu trách nhiệm về những tổn thất gây ra bởi các nguyên nhân từ bên ngoài như tai họa thiên nhiên, sự cố ngoài mong đợi… trong quá trình vận chuyển.

   좋습니다. 보험회사는 운송 과정에 발생하는 자연 화재, 예상외의 사고 등 외부 원인으로 인한 손실에 대해 칙임집니다.

   Ⓐ Điều này tôi biết.

   이것은 제가 압니다.

   Ⓑ Công ty bảo hiểm không chịu trách nhiệm bồi thường cho những hành vi cố ý của bên được bảo hiểm.

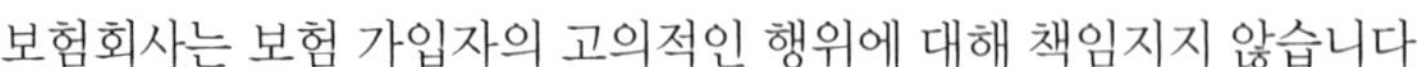

보험회사는 보험 가입자의 고의적인 행위에 대해 책임지지 않습니다.

Ⓐ Trong điều khoản bảo hiểm có những điều kiện bảo hiểm nào?

보험조항 안에는 어떤 보험 조건이 있습니까?

Ⓑ Điều khoản chính có 3 loại là bảo hiểm miễn tổn thất riêng(FPA), bảo hiểm bao gồm tổn thất riêng(WPA) và bảo hiểm mọi rủi ro(All Risks), ngoài ra còn có bảo hiểm rủi ro phụ đặc biệt.

주요한 조항은 단독 손해 무담보 보험, 단독 손해 담보 보험, 전 위험 담보 보험인 3 종류가 있습니다. 그 밖에는 특별한 부가 위험 보험이 있습니다.

Ⓐ Thời hạn bảo hiểm là bao lâu?

보험 기간은 얼마나입니까?

Ⓑ Trách nhiệm bảo hiểm kéo dài đến 60 ngày sau khi xếp dỡ hàng hóa được bảo hiểm khỏi tàu tại cảng xếp dỡ sau cùng.

보험 책임은 최종 항구에서 보험된 화물을 선박에서 내린 후 60일까지 지속됩니다.

2. Ông Tuấn đang giải thích cho khách hàng về sự khác biệt giữa "bảo hiểm mọi hàng hóa vận tải biển" và "bảo hiểm mọi rủi ro".(미스터 뚜언이 손님에게"모든 해운 화물 보험"과 "전 위험 담보 보험"의 차이에 대해 설명하고 있다)

Ⓐ Ông Tuấn, "bảo hiểm mọi hàng hóa vận tải biển" hàm ý phạm vi hẹp hơn so với "bảo hiểm mọi rủi ro" phải không?

미스터 뚜언, "모든 해운 화물 보험"은 "전 위험 담보 보험"보다 그

범위가 좁다는 뜻이지요?

B Người Anh lý giải câu "bảo hiểm hàng hóa vận tải biển" chỉ bao gồm những rủi ro ngoài ý muốn trong quá trình vận chuyển.

영국 사람은 "모든 해운 화물 보험"이라는 말은 운송 과정에 발생하는 예상외의 위험들만 포함한다고 합니다.

A Như thế "bảo hiểm mọi hàng hóa vận tải biển", bồi thường tổn thất chỉ giới hạn ở những tổn thất gây ra bởi tai nạn trên biển và tổn thất bởi sự cố ngoài ý muốn trong vận tải biển, đúng không?

그러면 "모든 해운 화물 보험"은 손실 배상이 바다에서 일어나는 사고 그리고 해운상 의외의 사고에 인한 손실에만 한계가 있습니다. 맞습니까?

B Đúng. Còn mua "bảo hiểm mọi rủi ro" thì toàn bộ những tổn thất như những sự cố ngoài ý muốn phát sinh bất kể trên biển hay trên đất liền, bất cứ lúc nào trong thời gian tham gia bảo hiểm đều được bồi thường.

맞습니다. "전 위험 담보 보험"은 보험 기간 동안 언제든지, 바다나 육지에서든지 일어나는 의외의 사고과 같은 손실들이 모두 다 배상됩니다.

A Như vậy, phạm vi trách nhiệm bảo hiểm của "bảo hiểm mọi hàng hóa vận tải biển" hạn chế hơn so với "bảo hiểm mọi rủi ro".

그러면 "전 위험 담보 보험"에 비해서 "전 해운 화물 보험"의 보험 책임 범위는 한정됩니다.

B Đúng vậy.

맞습니다.

3. Ông Hà đang giải thích cho khách hàng về sự khác biệt giữa "bảo hiểm bao gồm tổn thất riêng(WPA)" và "bảo hiểm miễn tổn thất riêng(FPA)" (미스터 하는 손님에게 "단독 손해 담보 보험" 과 "단독 손해 무담보 보험"의 차이에 대해 설명하고 있다)

Ⓐ Ông Hà, "bảo hiểm bao gồm tổn thất riêng" và "bảo hiểm miễn tổn thất riêng" khác nhau thế nào?

미스터 하, "단독 손해 담보 보험"과 "단독 손해 무담보 보험"은 어떻게 다릅니까?

Ⓑ Điều khoản "bảo hiểm miễn tổn thất riêng" không bao gồm toàn bộ tổn thất trong vận chuyển đường biển, còn điều khoản "bảo hiểm bao gồm tổn thất riêng" bao gồm cả những tổn thất vượt quá tỷ lệ phần trăm xác định trước.

"단독 손해 무담보 보험"은 해운 중의 모든 손실을 포함하지 않고 "단독 손해 담보 보험"은 미리 확정된 백분율에 초과하는 손실도 포함합니다.

Ⓐ Như vậy, "bảo hiểm bao gồm tổn thất riêng" có phạm vi trách nhiệm rộng hơn ư?

그러면 "단독 손해 담보 보험"은 책임 범위가 더 넓습니까?

Ⓑ Đúng. Vì vậy phí bảo hiểm cùng cao hơn "bảo hiểm miễn tổn thất riêng".

맞습니다. 그래서 보험료도 "단독 손해 무담보 보험"보다 더 높습니다.

Ⓐ Phạm vi bảo hiểm của hai loại bảo hiểm cơ bản này thế nào?

이 두 종류의 기본 보험의 보험 범위는 어떻습니까?

Ⓑ Phạm vi bảo hiểm được ghi trong thẻ bảo hiểm cơ bản và trong phần các điều khoản bảo hiểm.

보험 범위는 기본 보험증 그리고 보험 조항 부분에서 기록되어 있습니다.

Ⓐ Cảm ơn ông.

감사합니다.

4. Ông Tư và khách hàng đang bàn về bảo hiểm cho lô hàng gạch(미스터 뜨과 손님이 벽돌 화물의 보험에 대해 의논하고 있다)

Ⓐ Ông Tư, nếu ký hợp đồng lô hàng gạch lần này với giá CIF, ông mua bảo hiểm những rủi ro nào?

미스터 뜨, 이번 벽돌 계약서가 CIF 가격으로 체결되면 어떤 위기의 보험을 신청할까요?

Ⓑ Chúng tôi chỉ mua "bảo hiểm bao gồm tổn thất riêng(WPA)", vì giá của chúng tôi không tính bất kỳ bảo hiểm phụ nào vào.

우리의 가격은 부가 보험을 포함하지 않아서 우리는 "단독 손해 담보 보험"만 신청할 겁니다.

Ⓐ Ông có thể thêm bảo hiểm hỏng vỡ cho chúng tôi không?

파손 보험을 추가시켜 주실 수 있습니까?

Ⓑ Bảo hiểm hỏng vỡ thông thường thuộc về bảo hiểm phụ.

파손 보험은 보통 부가 보험에 속하지 않습니다.

Nhưng nếu anh yêu cầu, chúng tôi có thể thêm vào bảo hiểm hỏng vỡ.

그러나 요구하시면 파손 보험을 추가시켜 드릴 수 있습니다.

Ⓐ Chi phí mua bảo hiểm hỏng vỡ do bên nào chịu?

파손 보험료는 어느 쪽이 부담합니까?

Ⓑ Phí bảo hiểm gia tăng do bên mua chịu.

발생하는 보험료는 보험 신청자가 부담합니다.

Ⓐ Vâng. Xin ông hãy thêm bảo hiểm hỏng vỡ cho chúng tôi.

예, 파손 보험을 추가시켜 주십시오.

5. Ông Ahn và đối tác đang bàn về việc bảo hiểm cho lô hàng giá FOB.(안 선생님과 거래처가 FOB 가격 화물의 보험에 대해 의논하고 있다)

Ⓐ Ông Ahn, lô hàng này được ký hợp đồng với giá FOB, cho nên ông mua bảo hiểm.

안 선생님, 이 화물은 FOB 가격으로 체결되기 때문에 선생님은 보험을 부담합니다.

Ⓑ Vâng. Sau khi xếp hàng cho mỗi lô hàng, xin ông thông báo ngay cho chúng tôi biết để mua bảo hiểm kịp thời.

예, 매번 선적을 한 후에, 제시간에 보험에 들기 위해서 우리한테 바로 알려 주십시오.

Ⓐ Vâng. Ông định mua loại bảo hiểm nào?

선생님이 어떤 보험을 신청하려고 하십니까?

Ⓑ Công ty bảo hiểm thường nhận bảo hiểm cho những loại nào?

보험 회사는 보통 어떤 종류의 보험을 받아들입니까?

Ⓐ Thông thường nhận bảo hiểm bao gồm tổn thất riêng(WPA), nếu cần mua thêm bảo hiểm khác cũng được.

보통 "단독 손해 담보 보험"을 받아들이지만 필요하면 다른 보험을

신청하셔도 됩니다.

Ⓑ Mua thêm bảo hiểm đình công, bạo động được không?

파업이나 폭동에 대한 보험을 추가 신청해도 됩니까?

Ⓐ Được.

됩니다.

Ⓑ Tốt lắm. Cám ơn ông.

좋습니다. 감사합니다.

Lần này chúng tôi chuẩn bị mua bảo hiểm bao gồm tổn thất riêng và rủi ro về đình công, bạo động.

이번에는 우리가 파업이나 폭동의 위기를 포함하는 "단독 손해 담보 보험" 신청 준비를 합니다.

PHẦN III. 새 단어 TỪ MỚI

1. điều khoản chính	주요 조항
2. bảo hiểm	보험
3. tổn thất	손실
4. tai họa thiên nhiên	자연 화재
5. hành vi cố ý	고의적인 행위
6. bảo hiểm miễn tổn thất riêng(FPA)	단독 손해 무담보 보험
7. bảo hiểm bao gồm tổn thất riêng(WPA)	
	단독 손해 담보 보험
8. bảo hiểm mọi rủi ro(All Risks)	전 위험 담보 보험
9. thời hạn bảo hiểm	보험 기간

10. phạm vi	범위
11. ngoài ý muốn	의외, 뜻밖
12. bồi thường	배상(하다)
13. vận tải biển	해운
14. đất liền	육지
15. hạn chế	제한(하다)
16. tỷ lệ phần trăm	백분율
17. phí bảo hiểm	보험료
18. thẻ bảo hiểm	보험증
19. ô nhiễm	오염(하다)
20. đắm	침몰(하다)
21. đâm va	충돌(하다)
22. cháy nổ	폭발(하다)
23. lánh nạn	피난(하다)
24. vỡ bể	파손(하다)
25. đình công	파업(하다)
26. bạo động	폭동

PHẦN IV. 문법과 해설 NGỮ PHÁP VÀ GIẢI THÍCH

1. Nào

- 의문사 "nào"는 명사 뒤에 사용되고 한국말의 "어떤"와 같다.
- 예) Trong điều khoản bảo hiểm có những điều kiện bảo hiểm **nào**?

  보험 조항 중에는 어떤 보험 조건이 있어요?

Sản phẩm này có những đặc trưng **nào**?

이 제품은 어떤 특징이 있어요?

주의

• 선택을 가리키는 의문사 "nào"는 동음어이지만 한국말에서의 뜻은
"어느"이다.

㈜ Anh chọn kích cỡ **nào**?

어느 사이즈를 선택하실까요?

Chị thích màu **nào**?

어느 색깔을 좋아하세요?

2. Ngoài ra

• "Ngoài ra"는 "금방 언급한 것 이외에도 다른 것이 있다"라는 뜻이 있
는데 주로 문장이나 절 앞에서 사용된다. 한국말의 "그 밖에는, 게다
가"와 비슷하다.

㈜ **Ngoài ra** còn có bảo hiểm rủi ro phụ đặc biệt.

그 밖에는 특별 부가 보험이 있다.

Ngoài ra chúng tôi còn phải đi công tác nước ngoài.

게다가 우리는 외국 출장을 가야 됩니다.

3. So với

• 비교 뜻을 가리키는 "so với"의 문법적 의미는 한국말의 "-에 비해서"
와 차이가 없다. 보통 명사 또는 명사절 앞에서 사용된다.

㈜ Phạm vi trách nhiệm bảo hiểm của "bảo hiểm mọi
hàng hóa vận tải biển" hạn chế hơn **so với** "bảo hiểm
mọi rủi ro".

"전 위험 담보 보험"에 비해서 "전 해운 화물 보험"의 보험 책임 범위

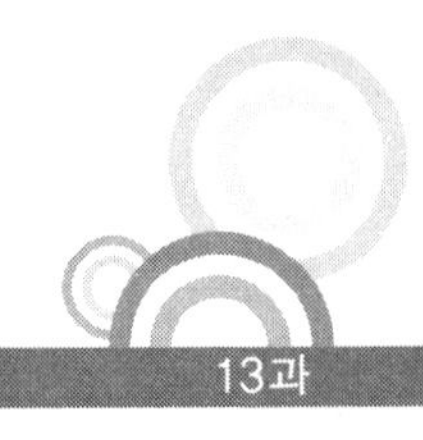

는 한정된다.

So với cái đó thì cài này tốt hơn.

그것에 비해서는 이것은 더 좋다.

4. Hơn

- 비교급을 가리키는 "hơn"의 의미와 용법은 한국어의 "보다 더"와 비슷하다.

(예) Vì vậy phí bảo hiểm cũng cao **hơn** "bảo hiểm miễn tổn thất riêng"

그래서 보험료도 "단독 손해 무담보 보험"보다 더 높습니다.

Chất lượng máy vi tính này tốt **hơn** máy vi tính đó.

이 컴퓨터는 그 컴퓨터보다 질이 좋다.

PHẦN V. 연습 LUYỆN TẬP 

밑줄 친 부분을 바꿔 연습하시오.

1. Trách nhiệm bảo hiểm kéo dài đến <u>60 ngày</u> sau khi xếp dỡ hàng hóa được bảo hiểm khỏi tàu tại cảng xếp dỡ sau cùng.

   a. 50 ngày

   b. 40 ngày

   c. một tháng

2. "Rủi ro về nước" và "rủi ro về an toàn" <u>khác nhau thế</u> <u>nào</u>?

    a. khác nhau ở những điểm nào?

    b. có gì khác nhau?

    c. khác nhau nhiều không?

3. Phạm vi trách nhiệm của rủi ro về nước <u>tương đối rộng</u>.

    a. tương đối hẹp

    b. có giới hạn

    c. khá rộng

4. Phạm vi bảo hiểm của <u>hai loại rủi ro cơ bản này</u> ra sao?

    a. rủi ro về nước

    b. rủi ro về an toàn

    c. rủi ro tổng hợp

5. Giá của chúng tôi không bao gồm <u>bất kỳ rủi ro phụ nào</u>.

    a. rủi ro về bể vỡ

    b. rủi ro về trộm cắp

    c. rủi ro về thất thoát

6. Bên anh có thể thêm <u>rủi ro bể vỡ</u> cho chúng tôi không?

    a. rủi ro về móc hỏng

    b. rủi ro về nhiễm dầu

    c. rủi ro về hỏa hoạn

7. Xin hãy giúp chúng tôi thêm <u>rủi ro về trộm cắp</u> cho lô hàng này.

   a. rủi ro về chiến tranh

   b. rủi ro về đình công

   c. rủi ro về thấm nước

8. Chúng tôi sẽ mua bảo hiểm rủi ro về nước với mức <u>110%</u> của tổng giá trị hàng hóa.

   a. 100%

   b. 105%

   c. 115%

9. Lần này <u>chúng tôi</u> sẽ mua bảo hiểm toàn bộ rủi ro.

   a. công ty tôi

   b. tập đoàn chúng tôi

   c. bên tôi

10. Công ty bảo hiểm chúng tôi thường nhận bảo hiểm <u>tất cả rủi ro</u>.

   a. rủi ro hỏa hoạn

   b. rủi ro về trộm cắp

   c. rủi ro về đình công

KÝ KẾT HỢP ĐỒNG
계약 체결

PHẦN I. 문장 CÂU  

1. Khi nào chúng tôi có được hợp đồng?
   우리는 언제 계약서를 받을 수 있습니까?

2. Chúng tôi sẽ chuẩn bị hợp đồng trong vài ngày nữa.
   우리는 며칠 후에 계약서를 준비하겠습니다.

3. Hôm nay giao hợp đồng cho chúng tôi được không?
   오늘 우리한테 계약서를 주실 수 있습니까?

4. Thực sự chúng tôi soạn thảo không kịp.
   우리는 정말 제시간에 작성하지 못합니다.

5. Nếu ngày mai vẫn chưa xong hợp đồng thì chúng tôi sẽ gửi qua đường bưu điện cho bên ông ký.
   내일까지 계약서 작성을 마무리 하지 못하면 선생님이 서명하기 위해서 우편으로 보내 드리겠습니다.

6. Đây là hợp đồng chúng tôi soạn thảo.
   이것은 우리가 작성한 계약서입니다.

7. Vâng, chúng ta nên thống nhất mọi điều khoản.
   예, 우리가 모든 조항에 대해 일치해야 합니다.

8. Ông có ý kiến gì về điều này không?

이것에 대해 의견이 있으십니까?

9. Về cơ bản đã ghi đầy đủ những nội dung mà chúng ta đã đàm phán.

기본적으로 우리가 협의한 내용을 충분히 기록했습니다.

10. Vậy mời ông ký hợp đồng.

그러면 계약서에 서명해 주십시오.

11. Xin ông xem lại các điều khoản trong hợp đồng.

계약서 안에 있는 각 조항을 다시 한번 보십시오.

12. Ông có ý kiến gì về đóng gói và xếp hàng không?

포장과 선적에 대해 의견 있으십니까?

13. Vì chúng ta đã nhất trí ý kiến về các điều khoản nên mời ông ký tên vào đây.

우리는 각 조항에 대해 의견이 일치했기 때문에 여기에 서명하세요.

14. Chúc mừng giao dịch của chúng ta thành công mỹ mãn.

우리의 거래가 원만하게 성공함에 축하합니다.

15. Hy vọng từ đây về sau hợp tác ngày càng tốt hơn.

지금부터 합작이 나날이 잘 되기 바랍니다.

16. Thời gian giao hàng trước ngày 2 tháng 10 mới đúng.

납품 기간은 10월 2일 전이지요.

17. Khi đàm phán lần thứ hai, giám đốc các anh đã đồng ý như vậy.

두번째 협의를 할 때 여러분의 사장님이 그렇게 동의하셨습니다.

18. Thành thật xin lỗi, điểm này lại có sự thay đổi.

죄송하지만 이 점에 대해 또 변경이 있습니다.

19. Những điều khoản khác có vấn đề gì không, thưa ông?

다른 조항은 무슨 문제가 있습니까?

20. Xin hỏi thứ hai tuần sau ký hợp đồng được chứ?

다음 주 월요일에 계약을 체결할 수 있지요?

21. Xin hỏi hợp đồng có bản tiếng Anh không?

영어로 된 계약서가 있습니까?

22. Ông xem có chỗ nào không nhất trí không.

일치하지 않는 부분이 있는지 좀 보십시오.

23. Đây là phụ lục hợp đồng.

이것은 계약서의 부록입니다.

24. Đây là bản tiếng Việt.

이것은 베트남말로 된 것입니다.

25. Còn đây là bản tiếng Hàn, ông hãy giữ lấy.

그리고 이것은 한국말로 된 것인데 갖고 계십시오.

PHẦN II. 회화 HỘI THOẠI  

1. Anh Han Jae Sung hối thúc đối tác soạn thảo hợp đồng sớm(한재성 씨가 상대방에게 계약서를 빨리 작성해 달라고 재촉한다)

Ⓐ Anh Han Jae Sung, chúng tôi không có ý kiến gì về các điều khoản.

한재성 씨, 우리는 조항들에 대해 의견이 없습니다.

Khi nào chúng tôi có được hợp đồng?

우리는 언제 계약을 할 수 있나요?

 B Chúng tôi sẽ chuẩn bị hợp đồng trong vài ngày nữa.

우리는 몇일 후에 계약을 준비할 것 입니다.

 A Xin anh cho làm sớm hơn một chút.

좀 더 빨리 해 주세요.

Hôm nay hoàn tất hợp đồng cho chúng tôi được không?

오늘 계약을 성사시켜 주시면 안 될까요?

 B Hôm nay không được.

오늘은 안 돼요.

 A Công ty hối thúc tôi trở về sớm.

회사에서 빨리 돌아오라고 재촉하고 있어요

Tôi đã mua vé máy bay khởi hành vào tối mai.

저는 내일 저녁 비행기표를 사 놓았어요.

 B Thế này đi.

이렇게 합시다.

Nếu ngày mai vẫn chưa xong hợp đồng thì chúng tôi sẽ gửi qua đường bưu điện.

만약 내일에도 계약이 끝나지 못하면 우리가 우편으로 보내 드릴 게요.

 A Vậy cũng được.

그렇게 해도 됩니다.

2. Hai bên tiến hành ký kết hợp đồng sau khi thống nhất mọi điều khoản(조항들을 다 통일한 후 서로 싸인이 진행되고 있다)

 A Anh Jung Ji Hyun, đây là hợp đồng chúng tôi soạn thảo.

정지현 씨, 여기 우리가 작성한 계약서예요.

Anh hãy xem kỹ có chỗ nào không rõ không.

자세히 보시고 어디 이해되지 않는 부분이 있으신가요?

Ⓑ Vâng, chúng ta nên thống nhất mọi điều khoản.

네, 우리는 모든 조항들을 통일시켜야 됩니다.

Ⓐ Đúng.

맞아요.

Anh có ý kiến gì về điều này không?

이 문제에 무슨 질문이 있으신가요?

Ⓑ Hãy thêm câu "nếu một bên không tuân thủ các điều khoản của hợp đồng này thì bên còn lại có quyền chấm dứt hợp đồng" vào đây.

여기에 "만약 한쪽은 이 계약에 있는 조항들을 준수하지 않으면 다른 쪽은 계약을 취소할 권리가 있습니다"라는 문장을 추가시켜 주세요.

Ⓐ Được.

네.

Ⓑ Ngoài ra, thời gian xếp hàng là hạ tuần tháng 2.

그리고 선적 시간은 2월 하순입니다.

Ⓐ Để tôi xem lại phần ghi chép.

노트를 다시 봐야 돼요.

Đúng, là hạ tuần tháng 2. Còn gì nữa không?

네, 2월 하순입니다. 또 뭐 없으신가요?

Ⓑ Hết rồi.

됐어요.

Về cơ bản đã ghi đầy đủ những nội dung mà chúng ta đàm phán.

기본적으로 우리가 토의한 것에 대해서 다 적었어요.

Ⓐ Vậy mời anh ký hợp đồng.

그럼 계약에서 서명하세요.

Ⓑ Vâng.

네.

3. Hai bên chúc mừng nhau sau khi hoàn tất hợp đồng(계약을
다 끝낸 후 양쪽이 서로 축하한다)

Ⓐ Anh Kwon Woo Hyun, mời anh xem lại các điều
khoản trong hợp đồng.

권우현 씨, 계약에 있는 조항들을 다시 한번 보세요.

Anh hãy kiểm tra xem còn chỗ nào không nhất trí
không.

확인해 보시고 아직 동의할 수 없는 곳은 있으신가요?

Ⓑ Được.

네.

Ⓐ Anh có ý kiến gì về đóng gói và xếp hàng không?

포장과 선적에 대해 의견이 있으세요?

Ⓑ Tôi không có ý kiến.

전 아무 의견 없어요.

Ⓐ Còn thời gian xếp hàng, thưa anh?

그리고 선적 시간은요?

Ⓑ Bên anh ghi là không trễ hơn tháng 9 năm 2008.

당신 쪽에서 2008년 9월보다 늦으면 안 된다고 썼어요.

Được rồi.

됐어요.

Ⓐ Chúng tôi thêm câu "thư tín dụng phải ghi rõ có hiệu
lực thanh toán trong vòng 15 ngày sau khi xếp hàng

lên tàu" vào điều khoản thanh toán, anh thấy thế nào?

우리가 지불 조항에 "신용장에는 선박에 오른 후부터 15일 이내 지불 효력이 있다고 분명히 적어야 한다"라는 문장을 추가시켰는데 어떠세요?

Ⓑ Được.

좋습니다.

Ⓐ Vì chúng ta đã nhất trí ý kiến về các điều khoản nên mời anh ký tên vào đây.

우리는 조항들에 의견이 일치했으니까 여기에 서명해 주세요.

Ⓑ Vâng.

네.

Ⓐ Chúc mừng giao dịch của chúng ta thành công mỹ mãn.

우리의 거래가 순탄히 성사된 것을 축하합시다.

Ⓑ Hy vọng từ đây về sau hợp tác ngày càng tốt hơn.

지금 부터 우리의 동업이 잘 되길 바래요.

4. Anh Lee Hae Geum thay mặt giám đốc bàn thảo các điều khoản hợp đồng với đối tác(이해금 씨가 사장님 대신에 상대방과 계약의 조항들에 대해 의논을 한다)

Ⓐ Anh Lee Hae Geum, thời gian giao hàng trước ngày 2 tháng 10 mới đúng.

이해금 씨, 납품 날짜는 10월 2일 전으로 해 주세요.

Ⓑ Để tôi xem lại phần ghi chép.

적은 것을 다시 확인해 볼게요.

Ⓐ Khi đàm phán lần thứ hai, giám đốc của anh đã đồng ý như vậy.

두번째 의논할때 당신의 사장님은 그렇게 동의를 하셨어요.

Lúc đó anh cũng có ở đó mà.

당신도 그때 거기 있었잖아요.

Ⓑ Ồ, thành thật xin lỗi. Điểm này lại có sự thay đổi.

오, 정말 죄송해요. 이 점은 다시 바뀌었어요.

Giám đốc bảo là ngày giao hàng không thể sớm hơn.

사장님이 납품 시간을 단축시킬 수 없다고 하시던데요.

Mong anh thông cảm.

부디 이해해 주시길 바래요.

Ⓐ Ôi, thì ra là vậy.

그렇구나.

Ⓑ Những điều khoản khác có vấn đề gì không, thưa anh?

다른 조항들 중에는 문제가 없으신가요?

Ⓐ Chúng tôi không có ý kiến gì về các điều khoản khác.

우리는 다른 조항들에 대해 의견이 없어요.

Xin hỏi ký hợp đồng vào thứ hai tuần sau được chứ?

다음 주 월요일에 계약서에 서명할 수 있나요?

Chúng tôi định thứ ba về nước.

우리는 화요일날 귀국하기로 결정했어요.

Ⓑ Không vấn đề gì.

아무 문제 없어요.

5. Hai bên cùng kiểm tra lại hợp đồng và phụ lục hợp đồng(양쪽은 서로 계약과 부록을 다시 검토한다)

Ⓐ Ông Yoo Han Jo, đây là hợp đồng do chúng tôi soạn thảo.

유한조 씨, 여기 우리가 작성한 계약서예요.

Mời ông kiểm tra.

확인해 보세요.

Ⓑ Được.

좋습니다.

Xin hỏi hợp đồng có bản tiếng Anh không?

혹시 영어로 된 계약서는 없나요?

Ⓐ Có, đây là bản tiếng Anh.

있어요. 여기 영어된 거예요.

Mời ông xem.

보세요.

Ⓑ Cám ơn.

고마워요.

Ⓐ Còn đây là phụ lục hợp đồng.

그리고 여기 계약 부록인데요.

Mời ông kiểm tra lại.

다시 한번 확인해 보세요.

Ⓑ Tôi kiểm tra xong rồi.

확인했어요.

Không có vấn đề gì.

아무 문제 없어요.

Ⓐ Tốt lắm.

아주 좋아요.

Ⓑ Đây là bản tiếng Việt.

여기 베트남어로 된 계약서요.

Còn đây là bản tiếng Hàn, ông hãy giữ lấy.

그리고 이건 한국어로 된 거요. 가져 가세요.

PHẦN III. 새 단어 TỪ MỚI

1. ý kiến	의견
2. điều khoản	조항
3. hợp đồng	계약서, 계약
4. vài ngày nữa	며칠 후
5. khởi hành	출발(하다)
6. soạn thảo	작성하다
7. thống nhất	일치(하다)
8. chấm dứt	중단시키다, 취소하다
9. hạ tuần tháng 2	2월 하순
10. nội dung	내용
11. ký hợp đồng	계약에 서명하다
12. ký tên	서명하다
13. chúc mừng	축하하다
14. giao dịch	거래
15. thành công	성공하다
16. mỹ mãn	원만하다
17. hợp tác	합작
18. thông cảm	이해해 주다
19. phụ lục	부록
20. giữ lấy	가지다

PHẦN IV. 문법과 해설
NGỮ PHÁP VÀ GIẢI THÍCH

1. Cho

- "Cho"는 명사/대명사 앞에서 쓰이는데 뜻과 용법은 한국말의 "한테, 에게, 께"와 같다.

(예) Hôm nay giao hợp đồng **cho** chúng tôi được không?

오늘 우리한테 계약서를 주실 수 있습니까?

Tôi sẽ gọi điện thoại **cho** giám đốc vào chiều mai.

저는 내일 오후에 사장님께 전화해 드리겠습니다.

2. Lại

- 이 부사는 동사 뒤에서 사용되고 용법과 의미는 한국어의 "다시"와 차이가 없다.

(예) Xin ông xem **lại** các điều khoản trong hợp đồng.

계약서 안에 있는 각 조항을 다시 한번 보십시오.

Anh hãy kiểm tra **lại** số dư tài khoản.

계좌 잔액을 다시 확인하세요.

3. Vì … nên …

- 이 구조는 원인 또는 이유를 가리키는데 한국말의 "-기 때문에, 어/아/여서, (으)니까"와 비슷하다.

(예) **Vì** chúng ta đã nhất trí ý kiến về các điều khoản nên mời ông ký tên vào đây.

우리는 각 조항에 대해 의견이 일치했기 때문에 여기에 서명하시

지오.

Vì thiếu vốn nên không thể đầu tư vào dự án đó.

자본금이 부족해서 그 프로젝트에 투자하지 못했습니다.

4. Vào

- "Vào"는 시간을 가라키는 말 앞에서 사용되는데 용법은 한국말의 "-에"와 비슷하다.

㈜ Xin hỏi ký hợp đồng **vào** thứ hai tuần sau được chứ?

다음 주 월요일에 계약을 체결할 수 있지요?

Tôi sẽ đi đi công tác **vào** thứ năm tuần này.

저는 이번 주 목요일에 출장을 가겠습니다.

PHẦN V. 연습 LUYỆN TẬP 

밑줄 친 부분을 바꿔 연습하시오.

1. Chúng tôi sẽ chuẩn bị xong hợp đồng trong <u>chiều nay</u>.

   a. sáng mai

   b. hai ngày nữa

   c. tuần này

2. Ông có thể giao <u>hợp đồng</u> cho chúng tôi trong hôm nay được chứ?

   a. phụ lục hợp đồng

  b. bản thảo hợp đồng

  c. bản chính hợp đồng

3. Ông có ý kiến gì về điều khoản <u>này</u> trong hợp đồng không?

  a. đóng gói

  b. kiểm nghiệm hàng hóa

  c. bảo hiểm

4. Hay là thêm một <u>câu</u> như thế này vào phần này của hợp đồng?

  a. đoạn

  b. điều khoản

  c. kiều kiện

5. Tôi đồng ý về điều khoản <u>đóng gói</u>.

  a. bảo hiểm

  b. trọng tài

  c. giao hàng

6. Anh còn ý kiến gì về <u>điều khoản này</u> không?

  a. phương thức thanh toán

  b. phương thức xếp dỡ hàng

  c. điều khoản bất khả kháng

7. Tôi hy vọng chúng ta sẽ <u>ký kết hợp đồng</u> vào thứ hai tuần sau.

a. đàm phán về các điều khoản

b. gặp gỡ thảo luận giá cả

c. có cuộc họp giải quyết tranh chấp

8. Xin hỏi hợp đồng có bản <u>tiếng Anh</u> không?

a. tiếng Hàn

b. tiếng Việt

c. tiếng Hoa

9. Đây là bản hợp đồng bằng tiếng Anh, mời ông <u>xem</u>.

a. đọc

b. kiểm tra lại

c. cho ý kiến

10. Mời ông ký tên <u>vào đây</u>.

a. dưới đây

b. bên dưới

c. vào cột này

HỢP TÁC KINH DOANH
무역 합작

PHẦN I. 문장 CÂU 

---

1. Nghe nói công ty ông có kế hoạch hợp tác kinh doanh với doanh nghiệp nước ngoài, phải không?

   듣기로는 귀사가 외국 업체와 무역 합작 계획이 있다면서요?

2. Chúng tôi muốn tìm hiểu về phương thức hợp tác kinh doanh của phía ông.

   우리는 선생님 쪽의 무역 합작 방식에 대해 알아보고 싶습니다.

3. Chúng tôi mong muốn sản phẩm của mình mau chóng thâm nhập thị trường quốc tế.

   우리의 상품이 국제 시장에 빨리 진출하면 좋겠습니다.

4. Hợp tác kinh doanh có thể mở rộng doanh số của đôi bên.

   무역 합작은 양쪽의 매출액을 늘릴 수 있습니다.

5. Xin mời ông xem các điều khoản cụ thể có liên quan của hợp đồng hợp tác kinh doanh.

   무역합작 계약서와 관련된 구체적인 조항들을 보십시오.

6. Lần này chúng tôi muốn cùng ông bàn về hợp tác kinh doanh.

   이번에는 우리가 선생님과 같이 무역 합작에 대해 논의하려고 합니다.

7. Các ông muốn hợp tác kinh doanh với chúng tôi về mặt hàng nào?

여러분은 우리와 같이 어떤 품목에 대해 합작하고 싶습니까?

8. Hợp tác kinh doanh hàng thủ công mỹ nghệ Việt Nam tại Hàn Quốc.

한국에서 베트남 수공예품에 대한 합작입니다.

9. Vì kinh doanh hàng của chúng tôi, phía tôi phải được nhận hơn 50% chứ.

우리 상품 장사를 하시기 때문에 우리 즉은 50%이상 받아야 하지요.

10. Điều khoản cụ thể ngày mai chúng ta bàn bạc nhé.

구체적인 조항은 내일 의논합시다.

11. Ông dự định hợp tác kinh doanh với chúng tôi mặt hàng nào?

우리와 함께 어떤 품목에 대해 합작하시는 예정입니까?

12. Ông thấy triển vọng hợp tác kinh doanh như thế nào?

합작 전망이 어떠냐고 생각하십니까?

13. Đồ sứ Việt Nam được tiêu thụ tốt ở Hàn Quốc.

베트남 도자기는 한국에서 잘 팔려요.

14. Dự tính có thể đạt doanh số 500 triệu won một năm.

예상으로는 1년에 5억원의 매출액에 달할 수 있습니다.

15. Chúng tôi đồng ý cùng ông hợp tác kinh doanh đồ sứ Việt Nam.

우리는 선생님과 같이 베트남 도자기에 대한 합작에 동의합니다.

16. Chúng tôi muốn hợp tác với bên ông sản xuất máy tính ở Việt Nam.

우리는 그쪽과 함께 베트남에서 컴퓨터 생산에 대한 합작을 하고 싶습
니다.

17. Bên ông có điều kiện gì không?

선생님 쪽은 무슨 조건이 있습니까?

18. Chúng tôi cử nhân viên kỹ thuật, góp thiết bị sản xuất và
    nguyên vật liệu, sử dụng nhà máy và công nhân bên ông.

우리는 기술자 파견, 생산 시설과 원료를 제공 그리고 선생님의 근로자
와 공장을 이용합니다.

19. Kinh doanh tại thị trường nước tôi, giá cả nên do phía tôi
    quyết định.

우리 나라 시장에서 장사하기 때문에 가격은 우리 쪽이 결정합니다.

20. Có thể sử dụng thương hiệu của công ty ông.

선생님의 상표를 사용할 수 있습니다.

21. Hàng tơ tằm Việt Nam tiêu thụ tại Hàn Quốc thế nào?

베트남 실크 상품은 한국에서 어떻게 팔립니까?

22. Chúng tôi hy vọng tăng thêm doanh số.

소득이 증가하면 좋겠습니다.

23. Chúng tôi muốn hợp tác với bên ông kinh doanh mặt
    hàng này tại thị trường Hàn Quốc.

우리는 선생님 쪽과 같이 한국 시장에서 이 제품에 대한 합작을 진행하
고 싶습니다.

24. Điều này tôi không thể quyết định được, cần phải hỏi ý
    kiến hội đồng quản trị công ty.

이것은 제가 결정할 수 없습니다. 회사 이사회의 의견을 알아봐야 합
니다.

25. Một công ty khác từng bày tỏ nguyện vọng này với chúng tôi.

어떤 회사가 우리한테 이런 희망을 제시했습니다.

PHẦN II. 회화 HỘI THOẠI  

1. Hai bên tiến hành tìm hiểu hợp tác kinh doanh với nhau (가깝게 양쪽은 서로의 무역합작을 알아보고있는중이다)

A Ông Duy, nghe nói công ty ông có kế hoạch hợp tác kinh doanh với doanh nghiệp nước ngoài, phải không?

Duy 씨, 듣기로는 당신의 회사는 외국의 기업과 무역합작을 할 계획을 가지고 있다던데 사실인가요?

B Đúng vậy.

예, 맞아요.

Chúng tôi mới có kế hoạch hợp tác nên chưa có kinh nghiệm.

우리는 무역합작의 계획이 있지만 아직 경험이 없습니다.

A Công ty chúng tôi rất hứng thú với vấn đề hợp tác kinh doanh, muốn tìm hiểu về phương thức hợp tác kinh doanh của phía ông.

우리회사는 무역합작에 큰 흥미를 느끼고있습니다, 그래서 우리는 당신쪽에서 무역합작에 대한 방법을 알아보고 싶습니다.

B Chúng tôi hợp tác với doanh nghiệp nước ngoài, chủ yếu mong muốn sản phẩm của mình mau chóng thâm nhập thị trường quốc tế.

우리는 외국기업과 합작하는 것은 주로 우리의 상품을 빨리 국제시장에 진출시키기를 바라는 것 입니다.

Hợp tác kinh doanh có thể mở rộng doanh số của đôi bên.

무역합작을 하면 양쪽의 수익을 올릴수 있을것입니다.

Ⓐ Nếu hợp tác kinh doanh, nhân viên phía tôi có quyền quản lý chất lượng sản phẩm chứ?

만약 무역합작을 한다면, 우리쪽 회사원은 상품의 품질을 관리할 수 있는 권리를 가지는 것이죠?

Ⓑ Đương nhiên rồi.

당연합니다.

Ⓐ Giá sản phẩm do một bên quy định hay hai bên cùng bàn bạc?

상품의 가격은 한쪽에서 정하는 것인가요? 아니면 양쪽에서 상의를 할까요?

Ⓑ Giá sản phẩm nên theo giá trị trường quốc tế, do hai bên cùng bàn thảo, phải quan tâm đến lợi ích hai bên.

상품의 가격은 양쪽이 상의를 해서 국제시장의 가격을 따르고, 반드시 양쪽에 이득을 줄 수 있게끔 신경을 써야 합니다.

Ⓐ Tốt lắm.

아주 좋아요.

Các bên góp vốn có quyền thuê hay sa thải nhân viên chứ?

자본을 모은 쪽은 직원을 빌리는 것과 해고시키는 권리가 있죠?

Chúng tôi rất quan tâm đến vấn đề này.

우리는 이 문제에 대해 많은 관심을 가지고 있습니다.

B Vậy xin mời ông xem các điều khoản cụ thể có liên quan của hợp đồng hợp tác kinh doanh.

그러면 무역합작 계약서와 관련있는 구체적인 조항들을 보시지요.

Những việc có liên quan tôi sẽ giúp ông liên hệ.

관련이 있는 것들은 제가 당신을 도와 드리겠습니다.

A Xin cám ơn.

정말 감사합니다.

Tôi xin lỗi làm phiền ông quá.

제가 귀찮게 만들어서 죄송합니다.

2. Đối tác Hàn Quốc muốn hợp tác với ông Minh kinh doanh hàng thủ công mỹ nghệ Việt Nam tại Hàn Quốc(한국쪽에서는 Minh와 베트남 수공예품을 한국에서 무역합작을 하고 싶어한다)

A Ông Minh, lần này đến đây chúng tôi muốn cùng ông bàn về việc hợp tác kinh doanh.

Minh씨, 우리는 이번에 무역 합작에 대해서 당신과 의논해 보고 싶어서 왔습니다.

B Các ông muốn hợp tác kinh doanh với chúng tôi về mặt hàng nào?

당신들은 우리와 어떤 상품을 가지고 무역합작을 하고 싶어하시는 것입니까?

A Hợp tác kinh doanh hàng thủ công mỹ nghệ Việt Nam tại Hàn Quốc.

한국에서의 베트남 수공예품을 무역합작하고 싶습니다.

B Điều kiện hợp tác của ông là gì?

당신의 합작 조건은 무엇입니까?

Ⓐ Mỗi bên đầu tư 50%, lợi nhuận chia đôi, ông thấy thế nào?

서로 50퍼센트씩 투자를 하고 이익금을 반으로 나눠 가지는 것입니다.

당신의 생각은 어떠십니까?

Ⓑ Điều này không thích hợp, vì kinh doanh hàng của chúng tôi, phía tôi phải được nhận hơn 50% chứ.

이 조건은 알맞지 않습니다, 왜냐하면 우리의 상품 무역을 하기때문에 우리쪽이 50퍼센트 이상을 더 가져 가야 합니다.

Ⓐ Điều này không khó thương lượng.

이 문제를 합의하는데 어려움이 없습니다.

Điều khoản cụ thể ngày mai chúng ta bàn bạc nhé.

자세한 조항은 내일 의논하죠.

3. Ông Ahn và đối tác Việt Nam dự định hợp tác kinh doanh đồ sứ Việt Nam tại Hàn Quốc.(안 선생과 베트남쪽은 한국에서 베트남 도자기로 무역합작을 하려고 예정하고 있다.)

Ⓐ Ông Ahn, ông dự định hợp tác kinh doanh với chúng tôi mặt hàng nào?

안 선생님, 우리와 어떤 물건으로 무역합작을 할 예정하십니까.?

Ⓑ Đồ sứ Việt Nam.

베트남의 도자기요.

Ⓐ Ông thấy triển vọng hợp tác kinh doanh thế nào?

당신이 보기에 무역합작의 전망은 어때요?

Ⓑ Đồ sứ Việt Nam được tiêu thụ tốt ở Hàn Quốc.

베트남의 도자기는 한국에서 잘 팔리는 거예요.

Tôi tin có triển vọng tốt đẹp.

저는 좋은 전망을 믿어요.

Ⓐ Ông dự tính chúng ta có thể đạt được doanh số bao nhiêu nếu hợp tác kinh doanh.

당신이 예상하기에 우리가 만약 무역합작을 한다면 얼마의 매출수량을 올릴 수 있을 것 같아요.?

Ⓑ Dự tính có thể đạt doanh số 500 triệu won một năm.

예상으로는 매년 500,000,000원의 매출 수량을 올릴 수 있어요.

Ⓐ Rất tốt.

정말 좋군요.

Chúng tôi đồng ý cùng ông hợp tác kinh doanh đồ sứ Việt Nam.

우리는 베트남 도자기 무역합작을 동의할께요.

4. Ông Tòng và một đối tác nước ngoài bàn về việc hợp tác sản xuất máy vi tính(Tong 씨와 외국바이어는 컴퓨터를 협력하여 생산하는 것에 대해서 이야기하였다)

Ⓐ Ông Tòng, chúng tôi muốn hợp tác với bên ông sản xuất máy vi tính ở Việt Nam.

Tong씨, 우리는 당신과 협력하여 베트남에서 컴퓨터를 생산하고 싶습니다.

Ông thấy thế nào?

당신 생각은 어떠세요?

Ⓑ Chúng ta có thể bàn bạc.

우리가 회의를 해 볼 수 있어요.

Bên ông có điều kiện gì không?

당신 쪽의 조건은 무엇입니까?

Ⓐ Chúng tôi cử nhân viên kỹ thuật, góp thiết bị sản xuất và nguyên vật liệu, sử dụng nhà máy và công nhân bên ông.

우리는 기술자를 지명하고, 생산 설비와 원료(재료)를 대고, 당신의 공장과 직원들을 이용합니다.

Ⓑ Còn giá sản phẩm tính thế nào?

그리고 상품가격은 어떻게 하죠?

Ⓐ Do hai bên quyết định, không thấp hơn giá thị trường quốc tế.

국제 시장가격보다 낮지 않게 양쪽에서 결정하죠.

Ⓑ Điều này e rằng không được.

생각해 봤는데 이 문제는 안 돼요.

Kinh doanh tại thị trường nước tôi, giá cả nên do phía tôi quyết định.

우리나라 시장에서 경영을 하니까 우리쪽이 가격을 결정해야 해요.

Ⓐ Vấn đề này chúng ta có thể bàn lại.

이 문제는 다시 의논할 수 있어요.

Ông Tòng, còn vấn đề thương hiệu thế nào?

Tong씨, 상표는 어떻게 할까요.?

Ⓑ Có thể sử dụng thương hiệu của công ty ông.

당신의 회사 상표를 사용할 수 있습니다.

5. Đối tác Việt Nam đề nghị ông Min hợp tác kinh doanh hàng tơ tằm Việt Nam tại Hàn Quốc(베트남 쪽에서 민 선생에게 베트남 실크을 한국에서 공동 경영 하기를 요구한다)

Ⓐ Ông Min, hàng tơ tằm Việt Nam tiêu thụ tại Hàn Quốc thế nào?

민 씨, 베트남의 실크를 한국에서 판매하기가 어떻습니까?

Ⓑ Tiêu thụ khá tốt. Mỗi năm một tốt hơn.

상당히 잘 팔립니다. 해마다 판매가 좋아졌습니다.

Ⓐ Chúng tôi hy vọng tăng thêm doanh số.

우리는 매출액이 오르기를 바랍니다.

Ⓑ Chúng tôi cũng mong được như thế.

우리도 그러길 바랍니다.

Không biết ông có đề xuất gì cụ thể không.

구체적으로 무엇을 제출하실지 모르겠어요.

Ⓐ Chúng tôi muốn hợp tác với bên ông kinh doanh mặt hàng này tại thị trường Hàn Quốc.

우리는 당신쪽과 이 상품을 가지고 한국 시장에서 공동 사업을 하고 싶습니다.

Ông thấy thế nào?

당신이 보기에는 어떠세요?

Ⓑ Điều này tôi không thể quyết định được, cần phải hỏi ý kiến hội đồng quản trị công ty.

이 문제는 제가 결정할 수 없습니다. 우리 회사 이사회의 의견이 반드시 필요합니다.

Ⓐ Hy vọng có thể sớm nhận được ý kiến của phía ông.

당신쪽에서 빨리 의견을 듣고 싶군요.

Một công ty khác từng bày tỏ nguyện vọng này với chúng tôi.

다른 회사에서도 우리와 이 일을 하고 싶다고 요구해 왔습니다.

Ⓑ Được, tôi sẽ trả lời sớm.

네, 제가 되도록 빨리 답변을 해 드리지요.

PHẦN III. 새 단어 TỪ MỚI

1. kế hoạch	계획
2. hợp tác kinh doanh	무역 합작
3. doanh nghiệp nước ngoài	외국 업체
4. kinh nghiệm	경험
5. phương thức	방식
6. thâm nhập	진출하다
7. thị trường quốc tế	국제 시장
8. doanh số	매출액
9. giám sát	감독하다
10. bàn bạc	의논하다
11. lợi ích	이익
12. thuê	고용하다
13. sa thải	해고하다
14. hàng thủ công mỹ nghệ	수공예품
15. đầu tư	투자하다
16. lợi nhuận	이윤, 이익, 이득
17. đồ sứ	도자기
18. triển vọng	전망
19. đồng ý	동의하다
20. sản xuất	생산(하다)
21. máy vi tính	컴퓨터
22. nhân viên kỹ thuật	기술자
23. thiết bị	시설, 장비
24. nguyên vật liệu	원료, 재료
25. sản phẩm	제품, 상품

26. thương hiệu	상표
27. tơ tằm	실크
28. hội đồng quản trị	이사회
29. nguyện vọng	지망, 지원

PHẦN IV. 문법과 해설
NGỮ PHÁP VÀ GIẢI THÍCH

1. Nghe nói

- "Nghe nói"는 문장 앞에서 사용되고 의미는 한국말의 "듣기로는"과 비슷하다.

- 예 **Nghe nói** công ty ông có kế hoạch hợp tác kinh doanh với doanh nghiệp nước ngoài, phải không?

  듣기로는 귀사가 외국 업체와 무역 합작 계획이 있다면서요?

  Nghe nói sản phẩm này có chất lượng rất tốt.

  듣기로는 이 제품의 질이 아주 좋다고요.

2. Cùng

- "Cùng"은 명사/대명사 앞에서 사용되는데 한국말의 "-와/과 같이"와 큰 차이가 없다.

- 예 Lần này chúng tôi muốn **cùng** ông bàn về việc hợp tác kinh doanh.

  이번에는 우리가 선생님과 같이 무역 합작에 대해 논의하려고 합니다.

Tôi muốn **cùng** anh thảo luận về vấn đề này.

저는 당신과 같이 이 문제에 대해 토론하고 싶습니다.

주의

> • "Cùng"은 "cùng với"와 대치할 수 있다.

㉾ Hiện nay tôi đang làm việc **cùng với** anh ấy.

저는 현재 그와 같이 일하고 있습니다.

3. Chứ

- 정태사(情態辭) "chứ"는 서술문 끝에서 사용되고 용법은 한국말의 "지(요)"와 비슷하다.

㉾ Vì kinh doanh hàng của chúng tôi, phía tôi phải được nhận hơn 50% **chứ**.

우리 상품 장사를 하시기 때문에 우리 즉은 50%이상 받아야 하지요.

Sản phẩm này tốt hơn sản phẩm đó **chứ**.

이 상품은 그 상품보다 더 좋지요.

4. Được

- 피동형을 가리키는 "được"은 동사 앞에서 사용되는데 좋은 뜻을 표현한다.

㉾ Đồ sứ Việt Nam **được** tiêu thụ tốt ở Hàn Quốc.

베트남 도자기는 한국에서 잘 팔려요.

Anh ấy **được** giám đốc khen ngợi.

그는 사장님에게서 칭찬을 받았어요.

주의

> • "được"과 같은 뜻인 "bị"는 보통 좋지 않은 뜻을 표현한다.

Cô ấy đã **bị** tai nạn giao thông.

그녀는 교통 사고를 당했다.

PHẦN V. 연습 LUYỆN TẬP

밑줄 친 부분을 바꿔 연습하시오.

1. Chúng tôi muốn tìm hiểu <u>phương thức</u> hợp tác kinh doanh của bên ông.

   a. cách thức

   b. quy định cụ thể (về)

   c. các điều khoản có liên quan (về)

2. Nếu hợp tác kinh doanh, quản lý phía tôi có quyền <u>giám sát việc đóng gói sản phẩm</u> chứ?

   a. kiểm tra chất lượng hàng hóa

   b. tuyển chọn nhân viên kỹ thuật

   c. sa thải công nhân

3. Các bên góp vốn có quyền <u>tự tuyển nhân viên</u> không?

   a. sa thải nhân viên

   b. giám sát quy trình sản xuất

   c. theo dõi chất lượng hàng hóa

4. Chúng ta hãy hợp tác kinh doanh <u>hàng thủ công mỹ nghệ</u> <u>Việt Nam</u> tại thị trường này.

    a. hàng điện tử Hàn Quốc

    b. hàng dệt may

    c. xe hơi

5. <u>Mỗi bên</u> góp <u>50%</u> vốn, lợi nhuận <u>chia đôi</u>.

    a. Chúng tôi, 60%, dành cho chúng tôi là 60%

    b. Phía ông, 40%, dành cho phía ông là 40%

    c. Công ty tôi, 45%, dành cho công ty tôi là 45%

6. Vì kinh doanh <u>hàng thủ công mỹ nghệ</u> của phía tôi, lợi nhuận dành cho chúng tôi phải hơn 50%.

    a. đồ sứ, 60%

    b. trà xanh, 55%

    c. hàng dệt, phân nửa

7. Chúng tôi dự tính có thể đạt doanh số hơn <u>năm triệu USD</u>.

    a. ba triệu Euro

    b. một tỉ Won

    c. năm mươi tỉ đồng

8. Chúng tôi đồng ý hợp tác kinh doanh <u>hàng thủ công mỹ nghệ Việt Nam</u> với ông.

    a. hàng điện tử Hàn Quốc

    b. máy móc thiết bị Đức

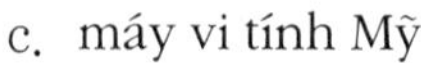

c. máy vi tính Mỹ

9. Phía chúng tôi đóng góp <u>nhân viên kỹ thuật</u>.

    a. nhà xưởng

    b. nguyên vật liệu

    c. máy móc thiết bị

10. Phía bà có thể sử dụng <u>thương hiệu</u> của công ty tôi.

    a. kỹ thuật

    b. thiết kế

    c. mẫu mã

부록 (PHỤ LỤC)

1. 문법과 해설 구성
2. 단어장
3. 세계 각국과 화폐 단위

1. 문법과 해설 구성

4. sẽ

6과. 주문 (BÀI 6. ĐẶT HÀNG)
1. định
2. tối thiểu, tối đa
3. Xin cám ơn sự hợp tác của ông.
4. Còn…thì sao?

7과. 할인 (BÀI 7. CHIẾT KHẤU)
1. Vì vậy
2. Nếu
3. Thôi được
4. Hơi

8과. 커미션 (BÀI 8. HOA HỒNG)
1. Từ… đến
2. Khi
3. Chỉ
4. Về

9과. 지불 방법 (BÀI 9. PHƯƠNG THỨC THANH TOÁN)
1. Gì(무슨 + N)
2. Chúng ta hãy
3. Hãy
4. Phải

10과. 납품 기한 (BÀI 10. KỲ HẠN GIAO HÀNG)
1. Để
2. Sau khi
3. Ngay khi
4. Tôi nghĩ…

an tâm	마음을 놓다, 안심하다(10)
áo tơ tằm nữ	여성 명주옷(12)
áp dụng	적용하다(9)
bàn bạc	의논하다(15)
bán phá giá	덤핑, 헐값 판매(5)
bàn	논의하다, 토론하다(1)
bàn/bàn bạc	의논하다(6)
bảng báo giá	가격표(4)
bao	자루(7)
báo	알리다, 알려 주다, 통지하다(6)
báo đài	신문과 방공(8)
bạo động	폭동(13)
báo giá	가격 제공(4)
bao gồm	포함하다(11)
bảo hiểm	보험(13)
bảo hiểm bao gồm tổn thất riêng(WPA)	단독 해손 담보 보험(13)
bảo hiểm miễn tổn thất riêng(FPA)	단독 해손 무담보 보험(13)
bảo hiểm mọi rủi ro(All Risks)	전 위험 담보 보험(13)
bao PE	PE 봉지(12)
bất kể thế nào	어떻게든지(10)
bất ổn	불안정(하다) (9)
bắt tay	착수하다(10)
bề mặt	표면(12)
biến động	변동(5)
biện pháp	방법(10)
bồi thường	배상(하다) (13)
bông	솜, 면화(7)

cà phê	커피(5)
cách đóng gói	포장 방법(12)
cải tiến	개선하다(3)
cạn ly	건배(2)
cần	필요하다(4)
cảng giao hàng	납품 항구(10)
cảng lộ thiên	노천 항구(12)
càng sớm càng tốt	될수있는대로 일찍(10)
căng thẳng	긴장하다(6)
cạnh tranh	경쟁, 경쟁적(4)
cạnh tranh khốc liệt	경쟁이 심하다(5)
cao su	고무(7)
chắc chắn	튼튼하다(12)
chấm dứt	중단시키다, 취소하다(14)
chậm nhất	가장 늦은(4)
chấn động	진동(하다) (12)
chào mừng	환영하다(1)
chấp hành	준수하다(12)
chấp nhận	받아들이다(7, 9)
chất lượng	질, 품질(3)
chất lượng cao	고품질(5)
châu Âu	유럽(7)
cháy nổ	폭발(하다) (13)
chi phí	비용(8, 9)
chi phí phụ	부가 비용(11)
chiết khấu	할인(하다) (7)
chiếu cố	고려하다, 주의하다, 생각하다(8)
chính thức	공식적(9)
chịu	부담하다(11)
cho phép	허락(하다) (11)
chống thấm	방수(하다) (12)
chuẩn bị	준비하다(2)

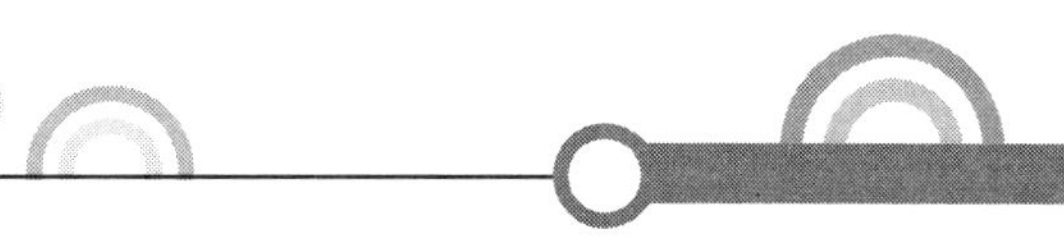

chuẩn bị hàng	화물 준비(10)
chúc mừng	축하하다(14)
chuyển	옮기다(10)
chuyến tàu	(정기) 배편(10)
chuyển vận	다른 배로 옮겨 싣다(11)
cố gắng hết mình	최대 노력(3)
cố gắng tối đa	최선을 다 하다(10)
có hiệu lực	유효(4)
có mỹ quan	보기 좋다(12)
cổng	대문(2)
công ty	회사(3)
công ty vận tải biển	운송 회사(11)
công việc	일, 업무(1)
cụ thể	구체적, 구체적으로(1)
cửa hàng bán lẻ	소매점(12)
cung cấp/cung ứng	공급하다(6)
đặc biệt	특별히(10)
đặc sản	특산물(2)
đại lý	대리점(8)
đắm	침몰(하다) (13)
đảm bảo	보증(하다) (9)
đàm phán	상담하다, 의논하다(1)
đâm va	충돌(하다) (13)
đáng tiếc	아깝다, 아깝게도(6, 7)
danh thiếp	명함(1)
dự/tham dự	참석하다(2)
đặt	예약하다(2)
đặt hàng	주문하다(4, 6)
đất liền	육지(13)
dầu thực vật	식물유(6)
đầu tư	투자하다(15)
điều chỉnh	조정하다(5)

điều khoản	조항(9, 14)
điều khoản chính	주요한 조항(13)
điều kiện	조건(11)
đình công	파업(하다) (13)
định kỳ	정기적(11)
đồ chơi	완구(12)
độ linh động	유통성(11)
đồ sứ	도자기(2, 15)
doanh nghiệp nước ngoài	외국 업체(15)
doanh số	매출액(15)
đơn hàng đặc biệt	특별한 주문(10)
đơn hàng tối thiểu	최소 주문(6)
đón khách	손님을 영접하다(2)
đóng chai	병에 담은, 병에 든(6)
đóng gói	포장(하다)(12)
đồng ý	동의하다(1, 7, 15)
đường	길(1)
gạch	벽돌(7)
giá	가격, 값(2)
giá cả	가격(4)
giá cao	가격이 높다(5)
giá CIF	운임 보험료 포함 가격(4)
giá FOB	본선 인도 가격(4)
giá sàn	최저 가격(giá trần 최고 가격)(4, 5)
giá sau cùng	최종 가격(4)
giá thành	원가(8, 9)
giá trị	가치(8)
giá ước chừng	개산 가격(4)
giải pháp gia cố	보강 방법(12)
giảm	줄다, 할인하다(5)
giám đốc	사장(2)

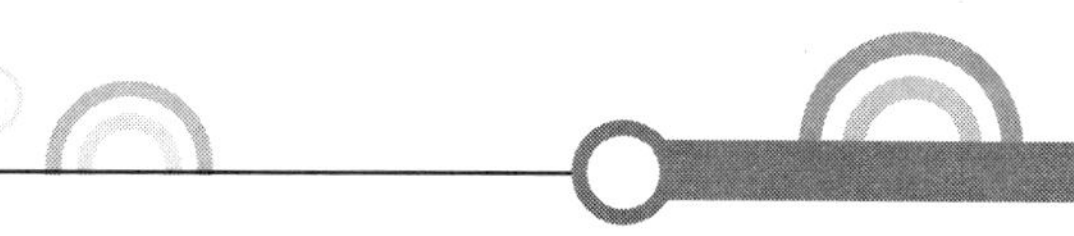

giảm giá	할인(하다) (6)
giám sát	감독하다(15)
giành	차지하다(8)
giao dịch	거래(5, 14)
giao hàng	납품(하다) (5, 10, 11)
giới thiệu	소개하다(1)
giữ lấy	가지다(14)
gọi điện thoại	전화하다(1)
hạ tuần tháng 2	2월 하순(14)
hải trình	해정(11)
hạn chế	제한(하다) (13)
hàng (hóa) xuất khẩu	수출품(9)
hàng bán chạy	잘 팔리는 상품(4, 7)
hàng dệt	직물(3)
hàng hóa	상품, 물품(8)
hàng mẫu	견본, 샘플(3)
hàng mới	신제품(4, 7)
hàng thời vụ	계절적 화물(11)
hàng thủ công mỹ nghệ	수공예품(2, 15)
hành vi cố ý	고의적인 행위(13)
hầu như	거의(5)
hiện tại	현재(10)
hiệu	상표, 브랜드(6)
hồ sơ chứng từ	서류(10)
hoa hồng	커미션(8)
hoạt động thương mại	무역 활동(8)
hơi ẩm	습기(12)
hội đồng quản trị	이사회(15)
hợp đồng	계약서, 계약(14)
hợp khẩu vị	입맛에 맞다(2)
hợp lý	합리적이다(4)
hợp tác	합작하다(2, 14)

hợp tác kinh doanh	무역 합작(15)
hủy đơn hàng	주문을 취소하다(6)
hư hao	손해(11)
ít nhiều	다소(7)
kế hoạch	계획(15)
kế hoạch sản xuất	생산 계획(10)
kết hợp	결합하다(5)
kết toán	결산(하다) (11)
khá hợp lý	상당히 합리적이다(5)
khả năng cung ứng	공급 능력(3)
khả quan	가망이 있다(6)
khá thấp	상당히 낮다(5)
khách hàng	손님(5)
khách sạn	호텔(2)
khách sáo	사양하다(2)
khách	손님(2)
khó chấp nhận	받아들이기 어렵다(5)
khoản tiền lớn	거액(9)
khởi hành	출발(하다) (14)
khối lượng lớn	부피가 크다(11)
không ngừng	끊임없이(10)
không sao	괜찮다(1)
không thể hơn nữa	더 이상 못하다(5)
khu vực	구역, 지역(6)
khủng hoảng tiền tệ	통화 위기(6)
kiến nghị	제안하다(6, 9)
kinh doanh	장사하다(2)
kinh nghiệm	경험(15)
ký hợp đồng	계약을 체결하다(7, 14)
ký tên	서명하다, 사인하다(14)
làm hài lòng khách hàng	손님을 만족시키다(3)
làm việc	일하다, 근무하다(1)

lánh nạn	피난(하다) (13)
lặp lại	다시 말하다(6)
lịch tàu	선박 일정(11)
liên lạc	연락하다(1)
lố	다스(12)
lợi ích	이익(15)
lợi nhuận	이윤, 이익, 이득(15)
lượng giao dịch	거래량(6)
lượng xếp dỡ	선적량(11)
mặt hàng	(상품) 종목(3)
mất trộm	절도(10)
mẫu mã	모양(3)
máy in	프린터(9)
máy vi tính	컴퓨터(15)
máy vi tính xách tay	노트북 컴퓨터(6)
mở tiệc	파티를 열다(2)
mới nhất	최신(4)
món ăn	음식, 요리(2)
món ăn Hàn Quốc	한국 음식(2)
mùa tiêu thụ	소비 시기(10)
mỹ mãn	원만하다(14)
ngân hàng	은행(9)
ngày càng	나날이(2)
ngày giờ dự kiến	예정 일시(11)
ngay	당장, 바로, 즉각(7, 9)
nghe nói	듣기로는(3)
nghỉ ngơi	쉬다(1)
ngoài ý muốn	의외, 뜻밖(13)
ngon nhất	가장 맛있다(2)
nguồn hàng	화물 출처(11)
nguyên tắc	원칙(7)
nguyên vật liệu	원료, 재료(15)

nguyện vọng	지망, 지원(15)
nhà cung cấp	공급자(11)
nhà cung ứng	공급자, 제조업자(8)
nhà hàng	고급 식당, 레스토랑(2)
nhà máy	공장(10)
nhà nhập khẩu	수입자, 수입업자(12)
nhà xuất khẩu	수출업자(7)
nhãn hiệu	라벨, 상표(12)
nhân viên	직원(8)
nhân viên kỹ thuật	기술자(15)
nhập khẩu	수입(하다) (9)
Nhật/Nhật Bản	일본(7)
nhiều đợt	여러 번(9)
nhờ	덕택에(8)
nhu cầu	수요, 수요량(6)
nhượng bộ	양보(하다) (5, 7, 9)
nói đùa	농담하다(7)
nội dung	내용(14)
nước khác	다른 나라(8)
nước mưa	빗물(12)
ô nhiễm	오염(하다) (13)
phá lệ	통례와 다르게(7)
phạm vi	범위(13)
phần còn lại	나머지 (부분) (9)
phần cứng	하드웨어(3)
phần lớn	대부분(4)
phân phối	분배(하다), 유통(하다) (12)
phần	−인분(2)
pháp luật	법률(12)
phát triển	발전하다(2)
phí bảo hiểm	보험료(13)
phí lưu kho	창고 비용(11)

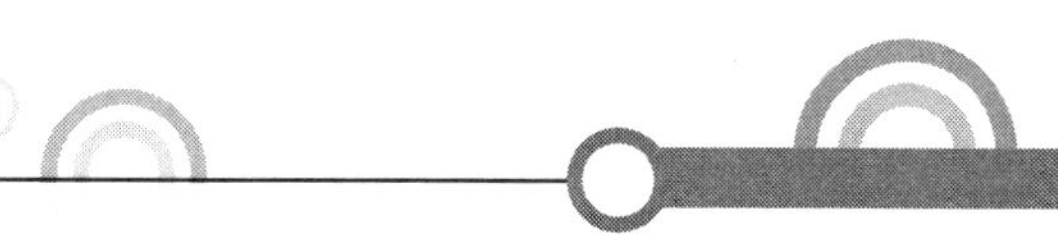

phí thủ tục   수속 비용(11)

phù hợp   부합하다, 적합하다(3, 12)

phụ lục   부록(14)

phụ trách   담당하다(11)

phương thức   방식, 방법(9, 15)

pin   배터리, 전지(6)

quan hệ   관계(5)

quan tâm   관심을 가지다(3, 10)

quảng cáo   광고(8)

quầy   가게(12)

quy cách   규격(3)

quý công ty   귀사(2)

quý danh   성함(1)

quy định   규정(8, 11)

quyết định   결정(9, 14)

sa thải   해고하다(15)

sai số   차액(11)

sản phẩm   제품, 상품(3, 15)

sản phẩm cùng loại   같은 종류의 제품(8)

sản xuất   생산(하다) (3)

số lượng   수량(4)

số lượng đặt hàng   주문량(5)

số lượng hàng hóa   화물 수량(11)

số lượng lớn   대량(4)

soạn thảo   작성하다(14)

sức cạnh tranh   경쟁력(5)

sức khỏe   건강(2)

suy thoái   쇠퇴(하다) (9)

tai họa thiên nhiên   자연 재화(13)

tấm   장(양탄자의 분류사) (8)

tâm lý   심리(12)

tấn   톤(3)

tăng giá	가격 인상(8)
tăng lượng cung ứng	공급량 증가(6)
tăng mạnh	폭증하다(6)
tăng nhiều	많이 증가하다(5)
tập đoàn	그룹, 재벌(1)
tập quán	습관(8, 12)
tàu vận tải	운송 선박(11)
thảm	카펫, 양탄자(8)
thậm chí	심지어(10)
tham khảo	참고(하다) (12)
thâm nhập	진출하다(15)
thâm nhập thị trường	시장 진출(7)
thẩm thấu	침투하다(12)
thảm	카펫, 양탄자(3)
thẳng thắn	솔직히(8)
thành công	성공(하다) (5, 14)
thanh toán	지불(9)
thấp nhất	최저(4)
thay đổi	변경(하다) (4)
thẻ bảo hiểm	보험증(13)
thế giới	세계(6)
thị phần	시장 점유율(8)
thị trường	시장(5)
thị trường quốc tế	국제 시장(15)
thị trường tài chính tiền tệ	금융 시장(9)
thị trường thế giới	세계 시장(4)
thị trường trong nước	국내 시장(6)
thiệp mời	초대장(2)
thiết bị	시설, 장비(15)
thiết kế	설계(하다), 디자인(하다) (12)
thịnh hành	유행(하다) (4)
thời hạn bảo hiểm	보험 기간(13)

thông cảm	이해해 주다(7, 14)
thông lệ	통례(8)
thống nhất	일치(하다) (14)
thông quan	통관(하다) (12)
thông thường	보통(7)
thư hỏi hàng	상품 문의서(3)
thư tín dụng	신용장(9)
thủ tục	수속(10)
thủ tục hải quan	세관 수속(10)
thu xếp	배치하다(10)
thuận tiện	편하다, 편리하다(8, 12)
thực phẩm	식품(12)
thực sự	정말, 실로(5, 8)
thuê	고용하다(8, 15)
thuế quan	관세(11)
thuê tàu	용선(하다) (11)
thùng giấy	종이 박스(12)
thùng gỗ	나무로 만든 상자(12)
thùng	버킷, 물통(6)
thương hiệu	상포(15)
thương lượng	상담하다(7)
thương mại quốc tế	국제 무역(8)
thương nhân	상인, 무역업자(7)
thượng tuần tháng 4	4월 상순(10)
thuyết phục	설득하다(5)
tiệc chiêu đãi	초대 파티(2)
tiệc tối	만찬(2)
tiếp thị	마케팅(8)
tiêu	후추(5)
tiêu thụ	판매, 소비(3, 12)
tình hình	상태, 정세, 상황(6)
tơ nhân tạo	인조견(5)

tơ tằm	실크(15)
tổn thất	손실(13)
tổng trọng lượng	총 중량(3)
trà	차(6)
trả chậm	할부(9)
triển vọng	전망(3, 15)
trở lên	이상(3)
trọng lượng	중량(12)
trong ngoài nước	국내외(6)
trong thực tế	실제로(5)
trung tuần tháng 10	10월 중순(10)
trưởng phòng	과장(1)
truyền thống	전통, 전통적(3)
tự nhiên	자연히(2)
tung sản phẩm ra thị trường	시장에 상품을 진출시키다(10)
tùy thuộc	–에 달려 있다(4)
tuyệt đối	절대로(10)
tỷ lệ phần trăm	백분율(13)
ưu đãi	우대(하다) (7)
ủy quyền	위임하다(1)
va chạm	충돌(하다) (12)
vài ngày nữa	며칠 후(14)
vận chuyển thẳng	직접 운송(11)
vấn đề	문제(7)
vận tải biển	해운(13)
vất vả	힘들다, 고생하다(1)
vị	분(1)
vinh dự	영광스럽다
vỡ bể	파손(하다) (13)
vùng	지방, 지역(2)
vượt quá	초과하다(6, 10)
xe cẩu	기중기, 크레인(3)

xe ủi đất	불도저
xem xét	살펴보다, 고려하다(8)
xếp hàng	선적(하다) (9, 11)
xuất nhập khẩu	수출입(1)
ý kiến	의견(9, 14)
yêu cầu	요구하다(9)

3. 세계 각국과 화폐 단위

1. 가나 Ghana

Thủ đô(수도) : Accra

Ngôn ngữ(언어) : tiếng Anh

Đơn vị tiền tệ(화폐 단위) : cedi=100 pesewas

2. 가봉 Gabon

Thủ đô(수도) : Libreville

Ngôn ngữ(언어) : tiếng Pháp

Đơn vị tiền tệ(화폐 단위) : franc CFA =100 centimes

3. 가이아나 Guyana

Thủ đô(수도) : Georgetown

Ngôn ngữ(언어) : tiếng Anh

Đơn vị tiền tệ (화폐 단위) : dollar =100 cents

4. 감비아 Gambia

Thủ đô(수도) : Banjul

Ngôn ngữ(언어) : tiếng Anh

Đơn vị tiền tệ(화폐 단위) : dalasi ＝ 100 bututs

5. 과테말라 Guatemala
Thủ đô(수도) : Guatemala City
Ngôn ngữ(언어) : tiếng Tây Ban Nha
Đơn vị tiền tệ(화폐 단위) : quetzal ＝ 100 centavos

6. 그레나다 Grenada
Thủ đô(수도) : St George's
Ngôn ngữ(언어) : tiếng Anh
Đơn vị tiền tệ(화폐) : dollar ＝ 100 cents

7. 그루지야 공화국 (Georgia) Cộng hòa Gruzia
Thủ đô(수도) : Tbilisi
Ngôn ngữ(언어) : tiếng Gruzia
Đơn vị tiền tệ(화폐 단위) : coupon Gruzia

8. 그리스 (Greece) Hy Lạp
Thủ đô(수도) : Athens
Ngôn ngữ(언어) : tiếng Hy Lạp
Đơn vị tiền tệ(화폐 단위) : drachma ＝ 100 leptae

9. 기니 Guinea
Thủ đô(수도) : Conakry
Ngôn ngữ(언어) : tiếng Pháp
Đơn vị tiền tệ(화폐 단위) : franc ＝ 100 centimes

10. 기니 비사우 Guinea Bissau
Thủ đô(수도) : Bissau
Ngôn ngữ(언어) : tiếng Bồ Đào Nha
Đơn vị tiền tệ(화폐 단위) : peso ＝ 100 centavos

11. 나미비아 Namibia

Thủ đô(수도) : Windhoek

Ngôn ngữ(언어) : tiếng Anh

Đơn vị tiền tệ(화폐 단위) : dollar = 100 cents

12. 나우루 Nauru

Thủ đô(수도) : Yaren

Ngôn ngữ(언어) : tiếng Nauru, tiếng Anh

Đơn vị tiền tệ(화폐 단위) : dollar = 100 cents

13. 나이지리아 Nigeria

Thủ đô(수도) : Abuja

Ngôn ngữ(언어) : tiếng Anh

Đơn vị tiền tệ(화폐 단위) : naira = 100 kobo

14. 남아프리카 공화국 (남아공) Cộng hòa Nam Phi

Thủ đô(수도) : Pretoria(hành chính), Cape Town(lập pháp)

Ngôn ngữ(언어) : tiếng Nam Phi, tiếng Anh

Đơn vị tiền tệ(화폐 단위) : rand = 100 cents

15. 네덜란드 (Netherlans) Hà Lan

Thủ đô(수도) : Amsterdam, The Hague(cơ quan chính phủ)

Ngôn ngữ(언어) : tiếng Hà Lan

Đơn vị tiền tệ(화폐 단위) : gulder(guilder), florin = 100 cents

16. 네팔 Nepal

Thủ đô(수도) : Kathmandu

Ngôn ngữ(언어) : tiếng Nepal

Đơn vị tiền tệ(화폐 단위) : rupee = 100 paisa

17. 노르웨이 (Norway) Na Uy

Thủ đô(수도) : Oslo

Ngôn ngữ(언어) : tiếng Na Uy
Đơn vị tiền tệ(화폐 단위) : krone = 100 ore

18. 뉴질랜드 (New Zealand) Niu Di lân
Thủ đô(수도) : Wellington
Ngôn ngữ(언어) : tiếng Anh
Đơn vị tiền tệ(화폐 단위) : dollar = 100 cents

19. 나제르 Niger
Thủ đô(수도) : Niamey
Ngôn ngữ(언어) : tiếng Pháp
Đơn vị tiền tệ (화폐 단위) : franc CFA = 100 centimes

20. 니카라과 Nicaragua
Thủ đô(수도) : Managua
Ngôn ngữ(언어) : tiếng Tây Ban Nha
Đơn vị tiền tệ(화폐 단위) : cordoba = 100 centavos

21. 대한 민국 Đại Hàn Dân Quốc(Hàn Quốc)
Thủ đô(수도) : Seoul
Ngôn ngữ(언어) : tiếng Hàn Quốc
Đơn vị tiền tệ(화폐 단위) : won

22. 덴마크 (Denmark) Đan Mạch
Thủ đô(수도) : Copenhagen
Ngôn ngữ(언어) : tiếng Đan Mạch
Đơn vị tiền tệ(화폐 단위) : krone = 100 ore

23. 도미니카 공화국 Cộng hòa Dominica
Thủ đô(수도) : Santo Domingo
Ngôn ngữ(언어) : tiếng Tây Ban Nha
Đơn vị tiền tệ(화폐 단위) : peso = 100 centavos

24. 도미니카 연방 Liên bang Dominica

Thủ đô(수도) : Roseau

Ngôn ngữ(언어) : tiếng Anh

Đơn vị tiền tệ(화폐 단위) : dollar＝100 cents

25. 독일 Đức

Thủ đô(수도) : Berlin

Ngôn ngữ(언어) : tiếng Đức

Đơn vị tiền tệ(화폐 단위) : Mác Đức(Deutschmark)＝100Pfennig

26. 라오스 (Laos) Lào

Thủ đô(수도) : Vientianne

Ngôn ngữ(언어) : tiếng Lào

Đơn vị tiền tệ(화폐 단위) : kip＝100 ats

27. 라이베리아 Liberia

Thủ đô(수도) : Monrovia

Ngôn ngữ(언어) : tiếng Anh

Đơn vị tiền tệ(화폐 단위) : dollar＝100 cents

28. 라트비아 Latvia

Thủ đô(수도) : Riga

Ngôn ngữ(언어) : tiếng Latvia, tiếng Nga

Đơn vị tiền tệ (화폐 단위) : lats

29. 러시아 (Russia) Nga

Thủ đô(수도) : Matx-cơ-va (Moscow)

Ngôn ngữ(언어) : tiếng Nga

Đơn vị tiền tệ(화폐 단위) : Rúp(rouble＝100 kopeks)

30. 레바논 (Lebanon) Li băng

Thủ đô(수도) : Beirut

Ngôn ngữ(언어) : tiếng A rập
Đơn vị tiền tệ(화폐 단위) : pound=100 piastres

31. 레소토 Lesotho
Thủ đô(수도) : Maseru
Ngôn ngữ(언어) : tiếng Lesotho, tiếng Anh
Đơn vị tiền tệ(화폐 단위) : loti=100 licente

32. 루마니아 (Romania) Ru ma ni
Thủ đô(수도) : Bucharest
Ngôn ngữ(언어) : tiếng Ru ma ni
Đơn vị tiền tệ(화폐 단위) : leu=100 bani

33. 룩셈부르크 (Luxembourg) Lúc xăm bua
Thủ đô(수도) : Luxembourg
Ngôn ngữ(언어) : tiếng Pháp, tiếng Đức, tiếng Letzeburgesch
Đơn vị tiền tệ(화폐 단위) : franc=100 centimes

34. 르완다 Rwanda
Thủ đô(수도) : Kigali
Ngôn ngữ(언어) : tiếng Kinyarwanda, tiếng Anh
Đơn vị tiền tệ(화폐 단위) : franc=100 centimes

35. 리비아 Lybia
Thủ đô(수도) : Tripoli
Ngôn ngữ(언어) : tiếng A rập
Đơn vị tiền tệ(화폐 단위) : dinar=1000 dirhams

36. 리투아니아 Lithuania
Thủ đô(수도) : Vilnius
Ngôn ngữ(언어) : tiếng Lithuania
Đơn vị tiền tệ(화폐 단위) : litas

37. 리히텐슈타인 Liechtenstein

Thủ đô(수도) : Vaduz

Ngôn ngữ(언어) : tiếng Đức

Đơn vị tiền tệ(화폐 단위) : franc = 100 centimes

38. 마다가스카르 Madagascar

Thủ đô(수도) : Antananarivo

Ngôn ngữ(언어) : tiếng Pháp

Đơn vị tiền tệ(화폐 단위) : franc = 100 centimes

39. 마셜 Quần đảo Marshall

Thủ đô(수도) : Majuro

Ngôn ngữ(언어) : tiếng Marshall, tiếng Anh

Đơn vị tiền tệ(화폐 단위) : dollar Mỹ = 100 cents

40. 마케도니아 Macedonia

Thủ đô(수도) : Skopje

Ngôn ngữ(언어) : tiếng Macedonia

Đơn vị tiền tệ(화폐 단위) : dinar = 100 paras

41. 말라위 Malawi

Thủ đô(수도) : Lilongwe

Ngôn ngữ(언어) : tiếng Anh

Đơn vị tiền tệ(화폐 단위) : kwacha = 100 tambala

42. 말레이시아 Malaysia

Thủ đô(수도) : Kuala Lumpur

Ngôn ngữ(언어) : tiếng Malay

Đơn vị tiền tệ(화폐 단위) : ringgit(dollar)= 100sen

43. 말리 Mali

Thủ đô(수도) : Bamako

Ngôn ngữ(언어) : tiếng Pháp

Đơn vị tiền tệ(화폐 단위) : franc CFA = 100 centimes

44. 멕시코 Mexico

Thủ đô(수도) : Mexico City

Ngôn ngữ(언어) : tiếng Tây Ban Nha

Đơn vị tiền tệ(화폐 단위) : peso = 100 centavos

45. 모나코 Monaco

Thủ đô(수도) : Monaco-Ville

Ngôn ngữ(언어) : tiếng Pháp

Đơn vị tiền tệ(화폐 단위) : franc = 100 centimes

46. 모로코 (Morocco) Ma rốc

Thủ đô(수도) : Rabat

Ngôn ngữ(언어) : tiếng A rập

Đơn vị tiền tệ(화폐 단위) : dirham = 100 centimes

47. 모리타니 Mauritania

Thủ đô(수도) : Nouakchott

Ngôn ngữ(언어) : tiếng A rập, tiếng Pháp

Đơn vị tiền tệ(화폐 단위) : ouguiya = 5 khoums

48. 모잠비크 (Mozambique) Mô dăm bích

Thủ đô(수도) : Maputo

Ngôn ngữ(언어) : tiếng Bồ Đào Nha

Đơn vị tiền tệ(화폐 단위) : metical = 100 centavos

49. 몰도바 공화국 Cộng hòa Moldova

Thủ đô(수도) : Kishinev

Ngôn ngữ(언어) : tiếng Moldova

Đơn vị tiền tệ(화폐 단위) : Rúp(rouble = 100 kopeks)

50. 몰디브 (Maldives) Man đi vơ

Thủ đô (수도) : Male

Ngôn ngữ (언어) : Divehi

Đơn vị tiền tệ (화폐 단위) : rufiyaa = 100 laris

51. 몰타 Malta

Thủ đô(수도) : Valetta

Ngôn ngữ(언어) : tiếng Malta

Đơn vị tiền tệ(화폐) : lira = 100 cens

52. 몽골 Mông Cổ

Thủ đô(수도) : Ulan Bator

Ngôn ngữ(언어) : tiếng Mông Cổ Khalkha

Đơn vị tiền tệ(화폐 단위) : tugrik = 100 mongo

53. 미국 Mỹ

Thủ đô(수도) : Washington, D.C.

Ngôn ngữ(언어) : tiếng Anh

Đơn vị tiền tệ(화폐 단위) : dollar = 100 cents

54. 미얀마 (Myanmar) Miến Điện

Thủ đô(수도) : Yangon(Rangoon)

Ngôn ngữ(언어) : tiếng Miến Điện

Đơn vị tiền tệ(화폐 단위) : kyat = 100 pyas

55. 바누아투 Vanuatu

Thủ đô(수도) : Port Vila

Ngôn ngữ(언어) : tiếng Anh, tiếng Pháp

Đơn vị tiền tệ(화폐 단위) : vatu = 100 centimes

56. 바레인 Bahrain

Thủ đô(수도) : Manama

Ngôn ngữ(언어 단위) : tiếng A rập

Đơn vị tiền tệ(화폐 단위) : dinar＝1000 fils

57. 바베이도스 Barbados

Thủ đô(수도) : Bridgetown

Ngôn ngữ(언어) : tiếng Anh

Đơn vị tiền tệ(화폐 단위) : dollar＝100 cents

58. 바티칸 Vatican

Thủ đô(수도) : Vatican City

Ngôn ngữ(언어) : tiếng Ý

Đơn vị tiền tệ(화폐 단위) : lira＝100 centesimi

59. 바하마 Bahamas

Thủ đô (수도) : Bahamas

Ngôn ngữ(언어) : Nassau

Đơn vị tiền tệ(화폐 단위) : dollar＝100 cents

60. 베트남 Việt Nam

Thủ đô(수도) : Hà Nội

Ngôn ngữ(언어) : tiếng Việt

Đơn vị tiền tệ(화폐 단위) : Đồng(VND)

61. 벨기에 Bỉ

Thủ đô(수도) : Brussels

Ngôn ngữ(언어) : tiếng Pháp, tiếng Flemish, tiếng Đức

Đơn vị tiền tệ(화폐 단위) : franc＝100 centimes

62. 벨리즈 Belize

Thủ đô(수도) : Belmopan

Ngôn ngữ(언어) : tiếng Anh

Đơn vị tiền tệ(화폐 단위) : dollar＝100 cents

63. 보스니아 헤르체고비나 Bosnia-Herzegovina

Thủ đô(수도) : Sarajevo

Ngôn ngữ(언어) : tiếng Serbo-Croat

Đơn vị tiền tệ(화폐 단위) : dinar=100 paras

64. 보츠와나 Botswana

Thủ đô(수도) : Gaborone

Ngôn ngữ(언어) : tiếng Anh

Đơn vị tiền tệ(화폐 단위) : pula=100 thebe

65. 볼리비아 Bolivia

Thủ đô(수도) : La Paz

Ngôn ngữ(언어) : tiếng Tây Ban Nha

Đơn vị tiền tệ(화폐 단위) : boliviano=100 centavos

66. 부룬디 Burundi

Thủ đô (수도) : Bujumbura

Ngôn ngữ(언어) : tiếng Pháp

Đơn vị tiền tệ(화폐 단위) : franc=100 centimes

67. 부르키나 파소 Burkina Faso

Thủ đô(수도) : Ouagadougou

Ngôn ngữ(언어) : tiếng Pháp

Đơn vị tiền tệ(화폐 단위) : franc CFA=100 centimes

68. 부탄 Bhutan

Thủ đô (수도) : Thimphu

Ngôn ngữ(언어) : tiếng Dzongkha

Đơn vị tiền tệ(화폐 단위) : ngultrum=100 chetrums

69. 불가리아 Bulgaria

Thủ đô(수도) : Sofia

Ngôn ngữ(언어) : tiếng Bulgari

Đơn vị tiền tệ (화폐 단위) : lev = 100 stotinki

70. 브라질 Brazil

Thủ đô (수도) : Brasilia

Ngôn ngữ (언어) : tiếng Bồ Đào Nha

Đơn vị tiền tệ(화폐 단위) : cruzeiro = 100 centavos

71. 브루나이 Brunei

Thủ đô(수도) : Bandar Seri Begawan

Ngôn ngữ(언어) : tiếng Malay

Đơn vị tiền tệ(화폐) : dollar = 100 sen

72. 사우디 아라비아 Saudi Arabia

Thủ đô(수도) : Riyadh

Ngôn ngữ(언어) : tiếng A rập

Đơn vị tiền tệ(화폐 단위) : riyal = 20 qursh / 100 halalas

73. 산 마리노 San Marino

Thủ đô(수도) : San Marino

Ngôn ngữ(언어) : tiếng Ý

Đơn vị tiền tệ(화폐 단위) : lira

74. 상투메 프린시페 Sao Tome & Príncipe

Thủ đô(수도) : Sao Tome

Ngôn ngữ(언어) : tiếng Bồ Đào Nha

Đơn vị tiền tệ(화폐 단위) : dobra = 100 centavos

75. 서사모아 Tây Samoa

Thủ đô(수도) : Apia

Ngôn ngữ(언어) : tiếng Anh, tiếng Samoa

Đơn vị tiền tệ(화폐 단위) : tala = 100 sene

76. 세네갈 Senegal

Thủ đô(수도) : Dakar

Ngôn ngữ(언어) : tiếng Pháp

Đơn vị tiền tệ(화폐 단위) : franc CFA = 100 centimes

77. 세이셸 Seychelles

Thủ đô(수도) : Victoria

Ngôn ngữ(언어) : tiếng Anh

Đơn vị tiền tệ(화폐 단위) : rupee = 100 cents

78. 세인트 루시아 St Lucia

Thủ đô(수도) : Castries

Ngôn ngữ(언어) : tiếng Anh

Đơn vị tiền tệ(화폐 단위) : dollar = 100 cents

79. 세인트 빈센트 그레나딘 St Vincent & the Grenadines

Thủ đô(수도) : Kingstown

Ngôn ngữ(언어) : tiếng Anh

Đơn vị tiền tệ(화폐 단위) : dollar = 100 cents

80. 세인트 크리스토퍼 네비스 St Christopher & Nevis

Thủ đô(수도) : Basseterre

Ngôn ngữ(언어) : tiếng Anh

Đơn vị tiền tệ(화폐 단위) : dollar = 100 cents

81. 소말리아 (Somalia) Sô ma li

Thủ đô(수도) : Mogadishu

Ngôn ngữ(언어) : tiếng Sô ma li, tiếng A rập

Đơn vị tiền tệ(화폐 단위) : shilling = 100 cents

82. 솔로몬 Quần đảo Solomon

Thủ đô(수도) : Honiara

Ngôn ngữ(언어) : tiếng Anh
Đơn vị tiền tệ(화폐 단위) : dollar＝100 cents

83. 수단 (Sudan) Xu đăng
Thủ đô(수도) : Khartoum
Ngôn ngữ(언어) : tiếng A rập
Đơn vị tiền tệ(화폐 단위) : dinar＝10 pounds

84. 수리남 Suriname
Thủ đô(수도) : Paramaribo
Ngôn ngữ(언어) : tiếng Hà Lan
Đơn vị tiền tệ(화폐 단위) : guilder＝100 cents

85. 스리랑카 Sri Lanca
Thủ đô(수도) : Colombo
Ngôn ngữ(언어) : tiếng Sinhal(ese), tiếng Tamil, tiếng Anh
Đơn vị tiền tệ (화폐 단위) : rupee＝100 cents

86. 스와질란드 Swaziland
Thủ đô (수도) : Mbabane
Ngôn ngữ (언어) : tiếng siSwati, tiếng Anh
Đơn vị tiền tệ (화폐 단위) : lilangeni＝100 cents

87. 스웨덴 (Sweden) Thụy Điển
Thủ đô (수도) : Stockholm
Ngôn ngữ (언어 단위) : tiếng Thụy Điển
Đơn vị tiền tệ(화폐 단위) : krona＝100 ore

88. 스위스 (Swiss) Thụy Sĩ
Thủ đô (수도) : Berne
Ngôn ngữ (언어) : tiếng Pháp, tiếng Đức, tiếng Ý
Đơn vị tiền tệ(화폐 단위) : franc＝100 centimes

89. 스페인 (Spain) Tây Ban Nha

Thủ đô(수도) : Madrid

Ngôn ngữ(언어) : tiếng Tây Ban Nha

Đơn vị tiền tệ (화폐 단위) : peseta = 100 ceùntimos

90. 슬로베니아 Slovenia

Thủ đô (수도) : Ljubljana

Ngôn ngữ (언어) : tiếng Slovenia

Đơn vị tiền tệ (화폐 단위) : tolar = 100 stotin

91. 시리아 Syria

Thủ đô (수도) : Damascus

Ngôn ngữ (언어) : tiếng A rập

Đơn vị tiền tệ (화폐 단위) : pound = 100 piastres

92. 시에라 리온 Sierra Leone

Thủ đô (수도) : Freetown

Ngôn ngữ (언어) : tiếng Anh

Đơn vị tiền tệ (화폐 단위) : leone = 100 cents

93. 아르헨티나 (Argentina) Ác hen ti na

Thủ đô (수도) : Buenos Aires

Ngôn ngữ (언어) : tiếng Tây Ban Nha

Đơn vị tiền tệ (화폐) : peso = 10,000 australes

94. 아이슬란드 (Iceland) Ai xơ len

Thủ đô (수도) : Reykjavik

Ngôn ngữ (언어) : tiếng Ai xơ len

Đơn vị tiền tệ (화폐 단위) : krona = 100 aurar

95. 아이티 Haiti

Thủ đô (수도) : Port-au-Prince

Ngôn ngữ (언어) : tiếng Pháp, tiếng Creole

Đơn vị tiền tệ (화폐 단위) : gourde＝100 centimes

96. 아일랜드 (Ireland) Ai len

Thủ đô (수도) : Dublin

Ngôn ngữ (언어) : tiếng Ai len Gaelic, tiếng Anh

Đơn vị tiền tệ (화폐 단위) : punt(pound)＝100 pence

97. 아제르바이잔 (Azerbaijan) A déc bai dan

Thủ đô (수도) : Baku

Ngôn ngữ (언어) : tiếng Thổ Nhĩ Kỳ

Đơn vị tiền tệ (화폐 단위) : Rúp (rouble＝100 kopeks manat＝gopik)

98. 아프가니스탄 Afghanistan

Thủ đô (수도) : Kabul

Ngôn ngữ (언어) : tiếng Pushtoo, tiếng Dari Persian

Đơn vị tiền tệ(화폐 단위) : afghani＝100 puls

99. 안도라 Andorra

Thủ đô (수도) : Andorra la Vella

Ngôn ngữ(언어) : Catalan

Đơn vị tiền tệ (화폐 단위) : franc＝100 centimes

peseta＝100 centimos

100. 알바니아 Albania

Thủ đô (수도) : Tirana

Ngôn ngữ (언어) : tiếng Albani

Đơn vị tiền tệ (화폐 단위) : lek＝100 qindarka

101. 알제리 (Algerie) An giê ri

Thủ đô (수도) : Algiers

Ngôn ngữ (언어) : tiếng A rập, tiếng Pháp

Đơn vị tiền tệ(화폐 단위) : dinar = 100 céntimos

102. 앙골라 Angola
Thủ đô(수도) : Luanda
Ngôn ngữ(언어) : tiếng Bồ Đào Nha
Đơn vị tiền tệ (화폐 단위) : new kwanza = 100 lweis

103. 앤티가 바부다 Antigua & Barbuda
Thủ đô (수도) : St John's
Ngôn ngữ (언어) : tiếng Anh
Đơn vị tiền tệ (화폐 단위) : dollar = 100 cents

104. 에스토니아 Estonia
Thủ đô (수도) : Tallinn
Ngôn ngữ (언어) : tiếng Estonia, tiếng Nga
Đơn vị tiền tệ (화폐 단위) : kroon = 100 sents

105. 에콰도르 Ecuador
Thủ đô (수도) : Quito
Ngôn ngữ (언어) : tiếng Tây Ban Nha
Đơn vị tiền tệ (화폐 단위) : sucre = 100 centavos

106. 에티오피아 Ethiopia
Thủ đô (수도) : Addis Abeba
Ngôn ngữ (언어) : tiếng Amharic
Đơn vị tiền tệ (화폐 단위 : birr = 100 cents

107. 엘살바도르 El Salvador
Thủ đô (수도) : San Salvador
Ngôn ngữ (언어) : tiếng Tây Ban Nha
Đơn vị tiền tệ (화폐 단위) : colón = 100 centavos

108. 영국 Anh

Thủ đô (수도) : London

Ngôn ngữ (언어) : tiếng Anh

Đơn vị tiền tệ (화폐 단위) : pound = 100 pence

109. 예멘 Yemen

Thủ đô (수도) : Sana'a

Ngôn ngữ (언어) : tiếng A rập

Đơn vị tiền tệ (화폐 단위) : dinar = 1000 fils; riyal = 100 fils

110. 오만 Oman

Thủ đô (수도) : Muscat

Ngôn ngữ (언어) : tiếng A rập

Đơn vị tiền tệ (화폐 단위) : rial = 1000 baiza

111. 오스트레일리아 (Australia) Úc

Thủ đô (수도) : Canberra

Ngôn ngữ (언어) : tiếng Anh

Đơn vị tiền tệ (화폐 단위) : dollar Úc = 100 cents

112. 오스트리아 (Austria) Áo

Thủ đô (수도) : Vienna

Ngôn ngữ (언어) : tiếng Đức

Đơn vị tiền tệ (화폐 단위) : schilling = 100 groschen

113. 온두라스 Honduras

Thủ đô (수도) : Tegucigalpa

Ngôn ngữ (언어) : tiếng Tây Ban Nha

Đơn vị tiền tệ (화폐 단위) : lempira = 100 centavos

114. 요르단 Jordan

Thủ đô (수도) : Amman

Ngôn ngữ (언어) : tiếng A rập

Đơn vị tiền tệ (화폐 단위) : dinar = 1000 fils

115. 우간다 Uganda

Thủ đô (수도) : Kampala

Ngôn ngữ (언어) : tiếng Swahili, tiếng Anh

Đơn vị tiền tệ (화폐 단위) : shilling = 100 cents

116. 우루과이 Uruguay

Thủ đô (수도) : Montevideo

Ngôn ngữ (언어) : tiếng Tây Ban Nha

Đơn vị tiền tệ (화폐 단위) : peso = 100 centeùsimos

117. 우즈베키스탄 공화국 Cộng hòa Uzbekistan

Thủ đô (수도) : Tashkent

Ngôn ngữ (언어) : tiếng Uzbek

Đơn vị tiền tệ (화폐 단위) : Rúp(rouble = 100 kopeks)

118. 우크라이나 Ukraina

Thủ đô (수도) : Kiev

Ngôn ngữ (언어) : tiếng Ukraina

Đơn vị tiền tệ (화폐 단위) : karbovanet

119. 유고슬라비아 (Yugoslavia) Nam Tư

Thủ đô (수도) : Belgrade(Serbia), Pogorica(Montenegro)

Ngôn ngữ (언어) : tiếng Serbo-Croat

Đơn vị tiền tệ (화폐 단위) : dinar = 100 paras

120. 이라크 (Iraq) I rắc

Thủ đô (수도) : Baghdad

Ngôn ngữ (언어) : tiếng A rập

Đơn vị tiền tệ (화폐) : dinar = 1000 fils

121. 이란 Iran

Thủ đô (수도) : Tehran

Ngôn ngữ (언어) : tiếng Farsi(Persian)

Đơn vị tiền tệ (화폐 단위) : rial = 100 dinars

122. 이스라엘 Israel

Thủ đô (수도) : Jerusalem

Ngôn ngữ (언어) : tiếng Do Thái, tiếng A rập

Đơn vị tiền tệ (화폐 단위) : shekel = 100 agorot

123. 이집트 (Egypt) Ai Cập

Thủ đô (수도) : Cairo

Ngôn ngữ (언어) : tiếng A rập

Đơn vị tiền tệ (화폐 단위) : pound = 100 piastres

124. 이탈리아 Italia

Thủ đô (수도) : Rome

Ngôn ngữ (언어) : tiếng Italia

Đơn vị tiền tệ (화폐 단위) : lira = 100 centesimi

125. 인도 Ấn Độ

Thủ đô (수도) : New Dehli

Ngôn ngữ (언어) : tiếng Hindi, tiếng Anh

Đơn vị tiền tệ (화폐 단위) : rupee = 100 paise

126. 인도네시아 Indonesia

Thủ đô (수도) : Jakarta

Ngôn ngữ (언어) : tiếng Bahasa Indonesia

Đơn vị tiền tệ (화폐 단위) : rupiah = 100 sen

127. 일본 Nhật Bản

Thủ đô (수도) : Tokyo

Ngôn ngữ (언어) : tiếng Nhật Bản
Đơn vị tiền tệ (화폐 단위) : yen＝100 sen

128. 자메이카 Jamaica
Thủ đô (수도) : Kingston
Ngôn ngữ (언어) : tiếng Anh
Đơn vị tiền tệ (화폐 단위) : dollar＝100 cents

129. 자이르 Zaire
Thủ đô (수도) : Kinshasa
Ngôn ngữ (언어) : tiếng Pháp
Đơn vị tiền tệ (화폐 단위) : zaire＝100 makuta / 10,000 senghi

130. 잠비아 Zambia
Thủ đô (수도) : Lusaka
Ngôn ngữ (언어) : tiếng Anh
Đơn vị tiền tệ (화폐 단위) : kwacha＝100 ngwee

131. 중국 Trung Quốc
Thủ đô (수도) : Bắc Kinh(Beijing, Peking)
Ngôn ngữ (언어) : tiếng Phổ Thông
Đơn vị tiền tệ (화폐 단위) : yuan＝10 jiao / 100 fen

132. 중앙 아프리카 공화국 Cộng Hòa Trung Phi
Thủ đô (수도) : Bangui
Ngôn ngữ (언어) : tiếng Pháp, tiếng Sango
Đơn vị tiền tệ (화폐 단위) : franc CFA＝100 centimes

133. 지부티 Djibouti
Thủ đô (수도) : Djibouti
Ngôn ngữ (언어) : tiếng Pháp
Đơn vị tiền tệ (화폐 단위) : franc＝100 centimes

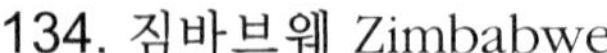

134. 짐바브웨 Zimbabwe

Thủ đô (수도) : Harare

Ngôn ngữ (언어) : tiếng Anh, tiếng Shona, tiếng Ndebele

Đơn vị tiền tệ (화폐 단위) : dollar = 100 cents

135. 차드 (Chad) Sát

Thủ đô (수도) : Ndjameùna

Ngôn ngữ (언어) : tiếng Pháp

Đơn vị tiền tệ (화폐 단위) : franc CFA = 100 centimes

136. 체코 (Czech) Cộng hòa Séc

Thủ đô (수도) : Praha(Prague)

Ngôn ngữ (언어) : tiếng Séc

Đơn vị tiền tệ (화폐 단위) : koruna = 100 haleùru

137. 칠레 Chile

Thủ đô (수도) : Santiago

Ngôn ngữ (언어) : tiếng Tây Ban Nha

Đơn vị tiền tệ (화폐 단위) : peso = 100 centavos

138. 카메룬 Cameroon

Thủ đô (수도) : Yaoundé

Ngôn ngữ(언어) : tiếng Pháp, tiếng Anh

Đơn vị tiền tệ (화폐 단위) : franc CFA = 100 centimes

139. 카자흐스탄 공화국 Cộng hòa Kazakhstan

Thủ đô (수도) : Alma-Ata

Ngôn ngữ (언어) : tiếng Nga, tiếng Kazakh

Đơn vị tiền tệ (화폐 단위) : Rúp(rouble = 100 kopeks)

140. 카타르 (Qatar) Ca ta

Thủ đô (수도) : Doha

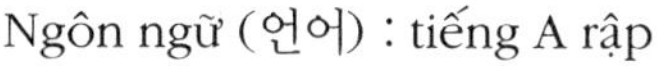

Ngôn ngữ (언어) : tiếng A rập

Đơn vị tiền tệ (화폐 단위) : riyal = 100 dirhams

141. 캄보디아 (Cambodia) Kam pu chia

Thủ đô (수도) : Phnom Penh

Ngôn ngữ (언어) : Khmer

Đơn vị tiền tệ (화폐 단위) : riel = 100 sen

142. 캐나다 Canada

Thủ đô (수도) : Ottawa

Ngôn ngữ (언어) : tiếngAnh, tiếng Pháp

Đơn vị tiền tệ (화폐 단위) : dollar Canada = 100 cents

143. 케냐 Kenya

Thủ đô (수도) : Nairobi

Ngôn ngữ (언어) : tiếng Anh, tiếng Swahili

Đơn vị tiền tệ (화폐 단위) : shilling = 100 cents

144. 코스타 리카 Costa Rica

Thủ đô (수도) : San José

Ngôn ngữ (언어) : tiếng Tây Ban Nha

Đơn vị tiền tệ (화폐 단위) : colón = céntimos

145. 코트 디부아르 Cóte d' Ivoire

Thủ đô (수도) : Abidjan

Ngôn ngữ (언어) : tiếng Pháp

Đơn vị tiền tệ (화폐 단위) : franc CFA = 100 centimes

146. 콜롬비아 Colombia

Thủ đô (수도) : Bogotá

Ngôn ngữ (언어) : tiếng Tây Ban Nha

Đơn vị tiền tệ (화폐 단위) : peso = 100 centavos

147. 콩고 Congo
Thủ đô (수도) : Brazzaville
Ngôn ngữ (언어) : tiếng Pháp
Đơn vị tiền tệ (화폐 단위) : franc CFA＝100 centimes

148. 쿠바 Cuba
Thủ đô (수도) : Havana
Ngôn ngữ (언어) : tiếng Tây Ban Nha
Đơn vị tiền tệ (화폐 단위) : peso＝100 centavos

149. 쿠웨이트(Kuwait) Cô oét
Thủ đô (수도) : Kuwait City
Ngôn ngữ (언어) : tiếng A rập
Đơn vị tiền tệ (화폐 단위) : dinar＝1000 fils

150. 크로아티아 Croatia
Thủ đô (수도) : Zagreb
Ngôn ngữ (언어) : tiếng Serbo-Croat
Đơn vị tiền tệ (화폐 단위) : dinar＝100 paras

151. 키르기스탄 공화국 Cộng hòa Kyrgyzstan
Thủ đô (수도) : Bishrek
Ngôn ngữ (언어) : Kyrgyz
Đơn vị tiền tệ (화폐 단위) : som

152. 키프로스 (Cyprus) Síp
Thủ đô (수도) : Nicosia
Ngôn ngữ (언어) : tiếng Hy Lạp, tiếng Thổ Nhĩ Kỳ
Đơn vị tiền tệ (화폐 단위) : pound＝100 cents

153. 타이(Thai) Thái Lan
Thủ đô (수도) : Bangkok

Ngôn ngữ (언어) : tiếng Thái

Đơn vị tiền tệ (화폐 단위) : baht = 100 satangs

154. 타지키스탄 공화국 Cộng hòa Tajikistan

Thủ đô (수도) : Dushanbe

Ngôn ngữ (언어) : Tajik

Đơn vị tiền tệ (화폐 단위) : Rúp (rouble = 100 kopeks)

155. 터키(Turkey) Thổ Nhĩ Kỳ

Thủ đô (수도) : Ankara

Ngôn ngữ (언어) : tiếng Thổ Nhĩ Kỳ

Đơn vị tiền tệ (화폐 단위) : lira = 100 kurus

156. 토고 Togo

Thủ đô (수도) : Lomé

Ngôn ngữ (언어) : tiếng Pháp

Đơn vị tiền tệ (화폐 단위) : franc CFA = 100 centimes

157. 통가 Tonga

Thủ đô (수도) : Nuku'alofa

Ngôn ngữ (언어) : tiếng Tonga

Đơn vị tiền tệ (화폐 단위) : pa'anga = 100 seniti

158. 투발루 Tuvalu

Thủ đô (수도) : Funafuti

Ngôn ngữ (언어) : tiếng Anh, tiếng Pháp

Đơn vị tiền tệ (화폐 단위) : dollar = 100 cents

159. 튀니지 Tunisia

Thủ đô (수도) : Tunis

Ngôn ngữ (언어) : tiếng A rập

Đơn vị tiền tệ (화폐 단위) : dinar = 1000 millimes

160. 트리니다드 토바고 Trinidad & Tobago

Thủ đô (수도) : Port of Spain

Ngôn ngữ (언어) : tiếng Anh

Đơn vị tiền tệ (화폐 단위) : dollar = 100 cents

161. 파나마 Panama

Thủ đô (수도) : Panama City

Ngôn ngữ (언어) : tiếng Tây Ban Nha

Đơn vị tiền tệ (화폐 단위) : balboa = 100 centeùsimos

162. 파라과이 Paraguay

Thủ đô (수도) : Asuncíon

Ngôn ngữ (언어) : tiếng Tây Ban Nha

Đơn vị tiền tệ (화폐 단위) : guaraní = 100 ceùntimos

163. 파기스탄 Pakistan

Thủ đô (수도) : Islamabad

Ngôn ngữ (언어) : tiếng Anh

Đơn vị tiền tệ (화폐 단위) : rupee = 100 paisa

164. 파푸아 뉴기니 Papua New Guinea

Thủ đô (수도) : Port Moresby

Ngôn ngữ (언어) : tiếng Papua, tiếng Anh

Đơn vị tiền tệ (화폐 단위) : kina = 100 toea

165. 페루 Peru

Thủ đô (수도) : Lima

Ngôn ngữ (언어) : tiếng Tây Ban Nha

Đơn vị tiền tệ (화폐 단위) : sol = 100 centavos

166. 포르투갈 (Portugal) Bồ Đào Nha

Thủ đô (수도) : Lisbon

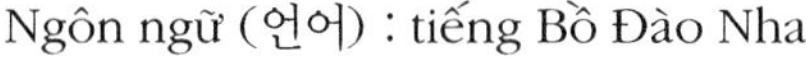

Ngôn ngữ (언어) : tiếng Bồ Đào Nha

Đơn vị tiền tệ (화폐 단위) : escudo = 100 centavos

167. 폴란드 (Poland) Ba Lan

Thủ đô (수도) : Vác sa va (Warzaw)

Ngôn ngữ (언어) : tiếng Ba Lan

Đơn vị tiền tệ (화폐 단위) : z(oty = 100 groszy

168. 프랑스 (Franc) Pháp

Thủ đô (수도) : Paris

Ngôn ngữ (언어) : tiếng Pháp

Đơn vị tiền tệ (화폐) : franc = 100 centimes

169. 피지 Fiji

Thủ đô (수도) : Suva

Ngôn ngữ (언어) : tiếng Anh

Đơn vị tiền tệ (화폐 단위) : dollar = 100 cents

170. 핀란드 (Finland) Phần Lan

Thủ đô (수도) : Helsinki

Ngôn ngữ (언어) : tiếng Phần Lan, tiếng Thụy Điển

Đơn vị tiền tệ (화폐 단위) : markka = 100 pennia

171. 필리핀 Philippines

Thủ đô (수도) : Manila

Ngôn ngữ (언어) : tiếng Filipino, tiếng Anh

Đơn vị tiền tệ (화폐 단위) : peso = 100 centavos

172. 헝가리 Hungary

Thủ đô (수도) : Budapest

Ngôn ngữ (언어) : tiếng Hungary(Magyar)

Đơn vị tiền tệ (화폐 단위) : forint = 100 fillér